2019 च्या सुधारित अभ्यासक्रमावर आधारित

व्यवसाय प्रशासन

पेपर – 1

उत्पादन आणि प्रक्रिया व्यवस्थापन

Business Administration : Production and Operations Management

एम.कॉम. : प्रथम वर्ष

सत्र – 1

CBCS Pattern

◈ लेखक ◈

डॉ. अजिनाथ मारुती डोके

M.Com, M.Phil, Ph.D, G.D.C. & A

पुणे जिल्हा शिक्षण मंडळाचे

अण्णासाहेब मगर महाविद्यालय, हडपसर पुणे-411028.

NIRALI PRAKASHAN

ADVANCEMENT OF KNOWLEDGE

N4137

व्यवसाय प्रशासन पेपर-I (उत्पादन आणि प्रक्रिया व्यवस्थापन)
प्रथम आवृत्ती : ऑक्टोबर २०१९ **ISBN : 978-93-89533-76-7**

प्रकाशक
निराली प्रकाशन
अभ्युदय प्रगती, १३१२, शिवाजीनगर,
जंगली महाराज रोड, पुणे ४११ ००५.
फोन : (०२०) २५५१ २३३६/३७/३९
फॅक्स : (०२०) २५५१ १३७९. Email : niralipune@pragationline.com

पुस्तक मिळण्याचे ठिकाण

प्रगती बुक सेंटर : पुणे : Email : pbcpune@pragationline.com
- १५७, बुधवार पेठ, रतन टॉकिजसमोर, **पुणे २. मो.** ९६५७७०३१४८
- ६७६/ब, बुधवार पेठ, जोगेश्वरी मंदिरासमोर, **पुणे २. मो.** ९६५७७०३१४७
- २८/अ, बुधवार पेठ, अंबर चेंबर, अप्पा बळवंत चौक, **पुणे** २. **मो.** ९६५७७०३१४२/९६५७७०३१४९
- १५२, बुधवार पेठ, जोगेश्वरी मंदिराशेजारी, **पुणे २.** ☎ ८०८७८८१७९५

प्रगती बुक कॉर्नर : मुंबई : Email : pbcmumbai@pragationline.com
- इंदिरा निवास, शारदाश्रम हायस्कूलजवळ, १११/अ, भवानी शंकर रोड, दादर (पश्चिम), **मुंबई २८.**☎ (०२२) २४२२३५२६

प्रमुख वितरण केंद्रे

निराली प्रकाशन : पुणे
- ११९, बुधवार पेठ, जोगेश्वरी मंदिर मार्ग, **पुणे ४११ ००२.** ☎ (०२०) २४४५ २०४४ **मो.** ९६५७७०३१४५
  Email : niralilocal@pragationline.com

निराली प्रकाशन : धायरी (पुणे)
- सर्वे नं. २८/२७ धायरी-कात्रज रोड, पारी कंपनीजवळ, **पुणे ४११ ०४१.** ☎ (०२०) २४६९ ०२०४
  मो. ९६५७७०३१४३ Email : bookorder@pragationline.com

मुंबई
- ३८५, एस.व्ही.पी. मार्ग, रसधारा को. ऑप. हाउसिंग सोसायटी लि., गिरगाव, **मुंबई ४०० ००४.**
  ☎ (०२२) २३८५ ६३३९/२३८६ ९९७६ **फॅक्स** : (०२२) २३८६ ९९७६. **मो.** ९३२०१२९५८७
  Email : niralimumbai@pragationline.com

वितरक शाखा

निराली प्रकाशन :
- ३४, व्ही. व्ही. गोलानी मार्केट, नवी पेठ, **जळगाव ४२५ ००१.** ☎ (०२५७) २२२ ०३९५. **मो.** ९४२३४९१८६०
  Email : niralijalgaon@pragationline.com
- न्यू महाद्वार रोड, केदार लिंग प्लाझा, पहिला मजला, आय. डी. बी. आय. बँकेसमोर, **कोल्हापूर ४१६ ०१२.**
  मो. ९८५० ०४६ १५५ Email : niralikolhapur@pragationline.com
- लोकरत्न कमर्शियल कॉम्प्लेक्स, दुकान नं. ३, सीताबर्डी, **नागपूर ४४० ०१२.** ☎ (०७१२) २५४७ १२९.
  Email : niralinagpur@pragationline.com

इतर शाखा : दिल्ली, बंगळुरू, हैदराबाद चेन्नई

• www.pragationline.com

प्रस्तावना

सावित्रीबाई फुले पुणे विद्यापीठाच्या जून 2019 पासून सुरू झालेल्या नवीन अभ्यासक्रमानुसार एम.कॉम. प्रथम वर्ष, सत्र-1 या वर्गासाठी **व्यवसाय प्रशासन-1 (उत्पादन आणि प्रक्रिया व्यवस्थापन)** हे पुस्तक आपल्या हाती देताना माझा विशेष आनंद होत आहे.

सुधारित अभ्यासक्रमानुसार सहज व लवकर उत्पादन आणि प्रक्रिया व्यवस्थापन हा विषय अवगत व्हावा या उद्देशाने मी हे पुस्तक लिहिले आहे. या पुस्तकात अभ्यासक्रमात केलेल्या सुधारणांनुसार 'उत्पादन आणि प्रक्रिया व्यवस्थापन' यावर सविस्तर चर्चा केली आहे.

प्रकरण एक : 'उत्पादन व व्यवस्थापनाचे अवलोकन' यामध्ये उत्पादन व्यवस्थापन, उत्पादन आणि सेवाप्रणालीतील आधुनिक प्रवृत्ती, यंत्रकूल रचना, पर्यावरण संरक्षण आणि सुरक्षा या मुद्द्यांवर सविस्तर माहिती दिली.

प्रकरण दोन : 'पुरवठा साखळी व्यवस्थापन' यामध्ये पुरवठा साखळी व्यवस्थापन : अर्थ आणि व्याख्या, पुरवठा साखळी व्यवस्थापनातील व्यवसायाच्या संधी या मुद्द्यांवर चर्चा केली आहे.

प्रकरण तीन : 'उत्पादन नियोजन आणि नियंत्रण' यामध्ये उत्पादन नियोजन, उत्पादन नियंत्रण, उत्पादन आराखडा, उत्पादन विकास यांची माहिती दिलेली आहे.

प्रकरण चार : 'संपूर्ण गुणवत्ता व्यवस्थापन आणि उदयोन्मुख मुद्दे' यामध्ये संपूर्ण गुणवत्ता व्यवस्थापन, उत्पादन आणि प्रक्रिया व्यवस्थापनातील उदयोन्मुख मुद्दे यांवर मुद्देसूद स्पष्टीकरण केलेले आहे.

सदर पुस्तक अभ्यासू प्राध्यापक व परीक्षार्थींना अत्यंत उपयुक्त ठरेल असा मला विश्वास आहे.

पुस्तक लेखन करताना अनेक लेखकांनी लिहिलेल्या संदर्भ ग्रंथाची मदत झाली तसेच विविध लोकांचे मार्गदर्शन व प्रेरणा मिळाली त्याबद्दल त्यांच्याविषयी कृतज्ञता व्यक्त करणे हे मी माझे कर्तव्य समजतो.

या पुस्तकाचे प्रकाशन **'निराली प्रकाशन'** मार्फत होत आहे याचा मला विशेष आनंद होतो आहे. निराली प्रकाशनचे **श्री. दिनेशभाई फुरिया** आणि **श्री. जिग्नेशभाई फुरिया** यांनी पुस्तक प्रकाशनाची जबाबदारी स्वीकारली त्यासाठी त्यांना मनःपूर्वक धन्यवाद !

तसेच निराली प्रकाशन संस्थेच्या सर्व कर्मचाऱ्यांनी सर्वतोपरी मदत केली त्याबद्दल सर्वांचे मनःपूर्वक आभारी आहेत.

– प्रा. डॉ. अजिनाथ मारुती डोके

SYLLABUS

(New Syllabus w.e.f. June 2019) M.Com. Semester – I : Part – I

Business Administration

Production and Operations Management (Paper-I)

(CBCS Pattern)

1. Production and Operation Management : An Overview

(a) ***Production and Operation Management :***

Meaning, Importance, Functions, Types of Production Systems - Mass Production/Flow Line, Continuous, Intermittent, Batch Production, Job Lots etc.

(b) ***Service Systems :*** Recent Trends in Production and Service Systems

(c) ***Plant Layout :*** Objectives, Basic Principles and Types

(d) Safety Considerations and Environmental Aspects

2. Supply Chain Management

(a) ***Supply Chain Management :***

Introduction, Scope, Components, Process of Supply Chain Management.

(b) Tools and Techniques of Supply Chain Management, Performance Measurement and Implementation

(c) Career Opportunities in Supply Chain Management

3. Production Planning and Control

(a) ***Production Planning :***

Meaning, Objectives, Importance and its Components

(b) ***Production Control :***

Meaning, Objectives, Significance and Factors Affecting Production Control

(c) ***Product Design and Development :***

Concept, Process and Factors Affecting Product Development.

4. Total Quality Management and Emerging Issue

(a) ***Total Quality Management :***

Meaning, Dimensions, Objectives and Importance

(b) ***Emerging Issues in Production and Operations Management :***

(i) Mobile Accessibility
(ii) Atomization of Operational Processes
(iii) Employee Empowerment
(iv) Outsourcing
(v) Waste Management

* अनुक्रमणिका *

➵ **प्रकरण 1 :**

उत्पादन व व्यवस्थापनाचे अवलोकन .... 1.1 – 1.28

➵ **प्रकरण 2 :**

पुरवठा साखळी व्यवस्थापन .... 2.1 – 2.9

➵ **प्रकरण 3 :**

उत्पादन नियोजन आणि नियंत्रण .... 3.1 – 3.20

➵ **प्रकरण 4 :**

संपूर्ण गुणवत्ता व्यवस्थापन आणि उदयोन्मुख मुद्दे .... 4.1 – 4.9

1 प्रकरण

उत्पादन व व्यवस्थापनाचे अवलोकन

(Production and Operation Management : An Overview)

✯ महत्त्वाचे मुद्दे ✯

1.1 उत्पादन व्यवस्थापन

- 1.1.1 उत्पादन व्यवस्थापनाची व्याख्या व महत्त्व
- 1.1.2 उत्पादन व्यवस्थापनाचे स्वरूप
- 1.1.3 उत्पादन व्यवस्थापनाची व्याप्ती
- 1.1.4 उत्पादन व्यवस्थापकाची कार्ये
- 1.1.5 उत्पादन व्यवस्थापकाच्या जबाबदाऱ्या
- 1.1.6 उत्पादन व्यवस्थापन कार्याचे बदलते स्वरूप
- 1.1.7 उत्पादन व्यवस्थापन कार्याचे संघटन
- 1.1.8 उत्पादनप्रणालीचे प्रकार

1.2 उत्पादन आणि सेवाप्रणालीतील आधुनिक प्रवृत्ती

- 1.2.1 सेवाप्रणाली आराखडा
- 1.2.2 अखंडित उत्पादन आणि खंडित उत्पादन

1.3 यंत्रकूल रचना

- 1.3.1 यंत्रसंचाची आखणी
- 1.3.2 यंत्रसंचाच्या आखणीवर परिणाम करणाऱ्या बाबी
- 1.3.3 चांगल्या यंत्रसंचाची आखणी ठरविणाऱ्या बाबी
- 1.3.4 कारखाना/उत्पादन आखणीचे विविध प्रकार
- 1.3.5 वस्तू किंवा रेखा (यंत्ररचना) यंत्रसंचाची आखणी
- 1.3.6 कार्यात्मक यंत्ररचना

1.4 पर्यावरण संरक्षण आणि सुरक्षा

1.1 उत्पादन व्यवस्थापन

1.1.1 उत्पादन व्यवस्थापनाची व्याख्या व महत्त्व

कारखान्यातील उपलब्ध उत्पादन सामग्रीच्या साहाय्याने कच्च्या मालाचे पक्क्या मालात रूपांतर करण्याची प्रक्रिया म्हणजे उत्पादन व्यवस्थापन होय किंवा इतर साधनसामग्रीच्या साहाय्याने कच्च्या मालावर प्रक्रिया करून त्याचे पक्क्या मालात रूपांतर करणे म्हणजे उत्पादन होय.

उत्पादन व्यवस्थापनाची व्याख्या

- ''उत्पादन व्यवस्थापनात कच्च्या मालाचे पक्क्या मालात आवश्यक पद्धतीने रूपांतर करण्याच्या प्रक्रियांचा समावेश होतो.'' **– एच.ए. हर्डिंग**
- ''कच्च्या मालाचे पक्क्या मालात रूपांतर करणाऱ्या महत्त्वाच्या सर्व प्रक्रिया ज्या उद्योगाच्या व्यवस्थापन किंवा प्रशासनाद्वारे चालतात, त्यास 'उत्पादन व्यवस्थापन' असे संबोधतात.'' **– इ.ए. ब्रिच**
- ''उत्पादन सारणी व धोरण यांच्या वतीने वस्तूंची व सेवांची निर्मिती करणाऱ्या व्यवस्थापकाच्या निर्णय प्रक्रियेचा उत्पादन व्यवस्थापनात अंतर्भाव होतो.'' **– प्राध्यापक हनी**

उत्पादन व्यवस्थापनाचे महत्त्व

आधुनिक उत्पादन व्यवस्थापन शास्त्रीय पद्धती, मूलतत्त्वे व शिस्त यांचा वापर करते. उत्पादन, नियोजन, नियंत्रण व अंदाज यांचा देशातील विविध उत्पादन केंद्रात उपयोग होत असून, ती उत्पादनाची उद्दिष्टे साध्य करण्यास मदत करतात.

(1) पुरवठा करणारे : लघू किंवा मोठ्या प्रमाणावर उत्पादने करणाऱ्या केंद्रांना कच्चा माल, यंत्रांचे सुटे भाग, घटक व सेवा पुरविणाऱ्या अन्य उत्पादन केंद्रांवर विसंबून राहावे लागते. त्यामुळे दोन उत्पादन केंद्रात आवश्यक सहकार्य, योग्य विचारविनिमय व परस्पर विश्वास यांचा व्यवसाय करणाऱ्या क्रेत्या व विक्रेता यांमध्ये देवाण-घेवाण होऊन त्यांच्यात अतूट भागीदारीचे संबंध प्रस्थापित होतात.

(2) उत्पादक : उत्पादकाच्या दृष्टीने उत्पादनास अनन्यसाधारण महत्त्व आहे. उत्पादकांमध्ये विविध व्यवस्थापकांचा अंतर्भाव होत असून त्यांना उच्च वेतन व सुविधा, नियोजन स्थैर्य, कार्य-संरक्षण, कार्योत्तेजक स्थिती व कार्याची सफलता यांमधून कार्याचे समाधान लाभते.

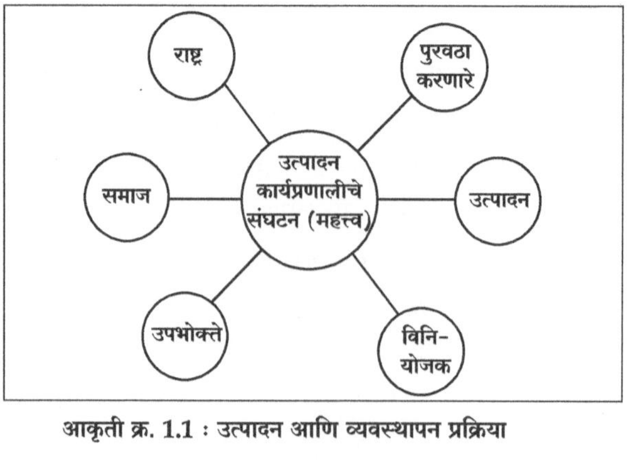

आकृती क्र. 1.1 : उत्पादन आणि व्यवस्थापन प्रक्रिया

(3) विनियोजक : चांगल्या उत्पादन व्यवस्थापनावर विनियोजकाचा विकास विसंबून असतो. त्यामुळे विनियोजकांना उत्पन्नाचा मोठ्या प्रमाणात लाभ होऊन त्यांची उत्पादन केंद्रातील पुंजी वृद्धिंगत होते. रोखे व शेअर्स यांचे विपणीमूल्य प्रायः त्यामधून मिळणाऱ्या उपलब्ध उत्पन्नावर आणि मालमत्तेच्या वाढणाऱ्या मूल्यावर विसंबून असते.

(4) उपभोक्ते : चांगले उत्पादन व्यवस्थापन उपभोक्त्यांना विविध प्रकारचे लाभ उपलब्ध करतात. त्यामुळे उपभोक्त्यांना चांगल्या दर्जाच्या व गुणवत्तेच्या वस्तू प्राप्त होतात. वाजवी किमतीत मिळणाऱ्या वस्तू, समाधानकारक सेवा, वेळेत होणारे वस्तूंचे प्रदान (Delivery) व वस्तूंचा उपभोग घेण्यासंबंधीचा सल्ला इत्यादी लाभ उपलब्ध झाल्याने ग्राहकांच्या हितसंबंधांचे संरक्षण होते.

(5) समाज : चांगले उत्पादन व्यवस्थापन उत्पादन केंद्रास आर्थिक व सामाजिक स्थैर्य प्राप्त करतात. त्यामुळे समाजकल्याण व जनतेचे राहणीमान यांत सुधारणा घडून येते.

(6) राष्ट्र : चांगले उत्पादन व्यवस्थापन व विपणन व्यवस्थापन तसेच अत्युत्तम व्यवसाय व्यवस्थापन राष्ट्राची प्रगती साधतात. देशातील विभिन्न उद्योगधंदे आर्थिक बचत व चांगले उत्पादन व्यवस्थापन यांच्या संधी उपलब्ध करतात. तेव्हा देशाची एकूण अर्थव्यवस्था संरक्षण व विकास यांची सनद देशास देऊ शकतात व देशाची खरी प्रगती होते.

1.1.2 उत्पादन व्यवस्थापनाचे स्वरूप

औद्योगिक संस्थांच्या बाबतीत 'उत्पादन कार्य' हे अंतिम लक्ष्य असते. मूळ नैसर्गिक अवस्थेत असणाऱ्या वस्तूंना रूप उपयोगिता (Form Utility) निर्माण करून दिली जाते. उदा., कापसापासून कापड, रेशमपासून तलम वस्त्रे, उसापासून साखर व औषधी वनस्पतींपासून औषधे इत्यादी. अशा प्रकारे ग्राहकांना ज्यांचा उपयोग होईल अशा प्रकारच्या हजारो वस्तू तयार केल्या जातात. वस्तू निर्माण करण्याकरिता संयोजकाला विविध बारीकसारीक घटकांची जुळणी, फेररचना करावी लागते, त्यालाच 'उत्पादन संघटन' असे म्हणतात. औद्योगिक संस्थेचा चालक विविध उत्पादन घटकांना एकत्रित आणतो, कामास लावतो आणि चांगल्या प्रतीच्या, मोठ्या प्रमाणात वस्तू निर्माण करून घेण्याचे आपले ईप्सित साध्य करून घेतो. उत्पादन संघटन याचा अर्थ, नियोजित वस्तू निर्माण करण्याकरिता विविध घटक एकत्रित आणणे आणि त्यांच्यात सुसंवाद राखून काम करवून घेणे.

विविध कारणांमुळे उत्पादन कार्यपद्धतीत काही अडचणी येतच असतात. ते अडथळे दूर करून उत्पादकाला उत्पादन घटकांची फेरजुळणी करावी लागते, त्यांच्यामध्ये आलेला विस्कळीतपणा दूर करावा लागतो. उत्पादन घटकांच्या 'मात्रा' बदलाव्या लागतात. उत्पादनाच्या संदर्भात त्याला उत्पादन घटकाच्या बदलत्या प्रमाणाचे (Law Variable Proportion) प्रत्यंतर येते. आपल्या संस्थेत मनुष्यबळ आणि यांत्रिकीकरण यांत योग्य तो समतोल प्रस्थापित करावा लागतो. छोट्या औद्योगिक संस्थेत प्रवर्तकास (Promoter) स्वतःला तर मोठ्या संस्थांतून हे कार्य उत्पादन विभाग प्रमुखाला करावे लागते. उत्पादन संघटन या कार्याचे एकूण स्वरूप विस्तृत असते तसेच ते क्लिष्टही असते. परस्परसंबंधित विविध उत्पादन क्रियांत खंड पडणार नाही, त्या विशिष्ट लयीने चालूच राहतील याची दक्षता उत्पादन संघटनेत आवश्यक असते.

उत्पादन व्यवस्थापनास पुढील बाबतीत निर्णय घ्यावा लागतो.

दीर्घकालीन निर्णय :

1. उद्योगधंद्याचे यंत्रउभारणी करण्याचे स्थान व आखणी.
2. उत्पादन अभिकल्प व विकास.

3. **संयंत्र अभियांत्रिकी :** सुसज्जता व उपकरण अभिकल्प, कारखानदारीचे कौशल्य आणि प्रक्रिया अभिकल्प.
4. **औद्योगिक अभियांत्रिकी :** कामाचे अध्ययन, कार्य अभिकल्प, पद्धती आणि अभियांत्रिकी इत्यादी.

लघुकालीन निर्णय :

1. **कार्यक्षम व्यवस्थापन :** मागणीचा अंदाज, वस्तुवाटपाची सारणी, साधनसंपत्तीचे विभाजन व कार्यक्षमता नियोजन
2. **उत्पादन नियोजन व नियंत्रण :** कारखान्यातील वस्तूंचे नियोजन, सारणी नियमन, वस्तूंची रवानगी व रवानगीची मोहीम.
3. **गुणवत्ता नियंत्रण :** वैशिष्ट्ये, वस्तूंचा दर्जा, वस्तूंचे निरीक्षण व चाचणी.
4. **संशोधन व्यवस्थापन :** खरेदी, वस्तुसंग्रह, त्यांची नोंद व संशोधन नियंत्रण.
5. **पालनपोषण :** दुरुस्ती, शुश्रूषा, कार्यरतता आणि प्रतिबंधक तपासणी.
6. **परिव्यय :** नियंत्रण व श्रमनियंत्रण.

1.1.3 उत्पादन व्यवस्थापनाची व्याप्ती

उद्योगाच्या स्थाननिश्चितीपासून विपणन विभागातील वस्तूच्या रवानगीपर्यंच्या प्रक्रियांचा अनेक उत्पादन कार्यात समावेश होतो. उत्पादन व्यवस्थापनाचे क्षेत्र व्यापक असून त्याचा निर्देश खालील तक्त्यात केलेला आहे.

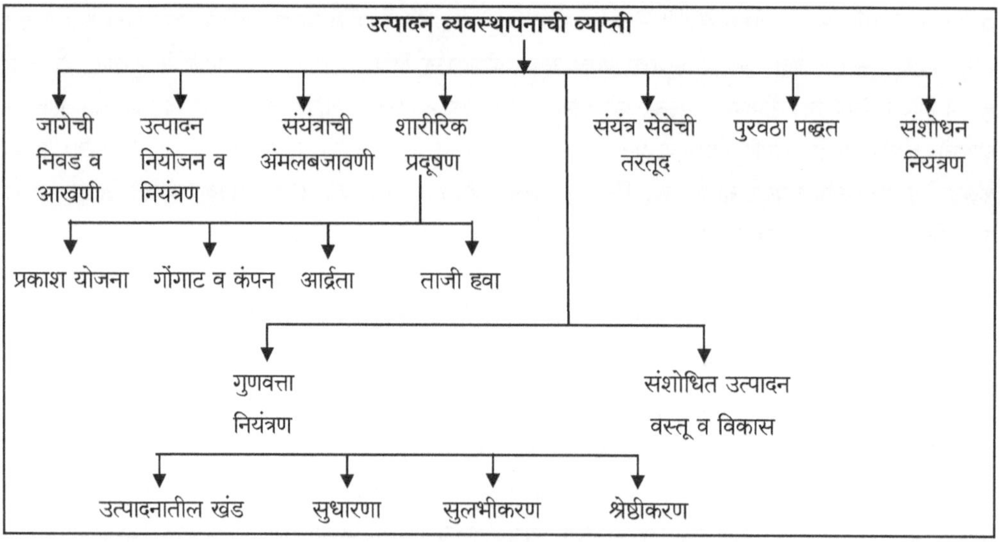

(1) जागेची निवड व आखणी : कारखान्याची जागा अशा ठिकाणी असावी की उत्पादन व वितरण खर्च कमीत कमी येऊ शकेल. जागेची निवड केल्यावर संयंत्रे, साहित्य आणि इतर सुविधा कशा उपलब्ध होतील, यांची आखणी करावी लागते. कारखान्याची योग्य आखणी केल्यावर ठरावीक वेगाने साहित्याच्या सुविधा प्राप्त होतात. कारखान्याची आखणी संयंत्राची व्यवस्था कशी करावी याची दिशा दर्शविते.

(2) **उत्पादन नियोजन व नियंत्रण :** उत्पादनाची नियमन प्रक्रिया तसेच सारणीकरण, वस्तूंची रवानगी, आवक व गुणवत्ता नियंत्रण इत्यादींचा यात अंतर्भाव होतो.

(3) **संयंत्राची अंमलबजावणी :** उत्पादन व्यवस्थापक त्याच्या विभागातील कार्याचे अशा रीतीने मार्गदर्शन करतो की, उत्पादन नियोजन, धोरण व निर्धारण यांची योग्य पद्धतीने अंमलबजावणी होऊ शकेल. त्याच्या हाताखालील निम्न अधिकाऱ्यांना उत्पादनाची पातळी गाठण्यास त्यांच्याकडून सहकार्य उपलब्ध होऊ शकेल, अशा प्रकारचे वर्तन करणे त्यास हिताचे ठरते.

(4) **शारीरिक प्रदूषण :** यासाठी खालील बाबींचा विचार करावा लागतो :

(अ) **प्रकाशयोजना :** प्रकाशयोजना पुरेशी असावी याचा अर्थ सर्वसाधारण व पुरेसा प्रकाश कार्य करण्यास उपलब्ध होऊ शकेल असा आहे.

(ब) **गोंगाट व कंपन :** संयंत्राच्या अतिवेगाने मोठा आवाज व संयंत्राचे कंपन निर्माण होण्याची शक्यता असते. त्याचा श्रमिकांच्या कार्यशक्तीवर व एकाग्रतेवर विपरीत परिणाम होतो. यंत्राच्या भागांची योग्य जुळणी केल्यावर संयंत्राची स्थिती व्यवस्थित राहते. आवाज पलीकडे जाणार नाही अशा प्रकारच्या भिंतीची कारखानानिर्मितीत उभारणी करणे आवश्यक असते. संयंत्रांना स्प्रिंग्ज, रबर वा अन्य प्रकारचा धोका संभवणार नाही अशा रीतीने त्यांचे आच्छादन करणे आवश्यक असते.

(क) **आर्द्रता :** हवेतील ओलाव्यास 'आर्द्रता' असे संबोधतात. ठरावीक पातळीवरील ओलावा वस्तूच्या उत्पादन प्रक्रियेस आवश्यक असतो. उदा., कापड उद्योगांतील सूतकताई, औषधनिर्मिती प्रक्रिया व तंबाखूची निर्मिती इत्यादी. श्रमिकांच्या कार्यशक्तीवरदेखील आर्द्रतेचा विपरीत परिणाम होतो.

(5) **ताजी हवा :** प्रदूषित हवा बाहेर घालविणाऱ्या पंख्यांची योजना केल्याने कारखान्यात कार्योत्तेजक ताजी हवा खेळत असते तसेच पुरेसा प्रकाशदेखील तेथे येऊ शकेल, याची तरतूद करावी लागते.

(6) **संयंत्र सेवेची तरतूद :** संयंत्राची योजना कारखान्यास पूरक ठरत असून ती अप्रत्यक्षपणे उत्पादन कार्यास हातभार लावते. पुरेशी संयंत्राची योग्य ठिकाणी उभारणी केल्यास श्रमिकांची कार्यक्षमता वाढून पुरेसे उत्पादन करणे शक्य होते. संयंत्राची सेवा दोन प्रकारची संभवते. (अ) उत्पादन सेवांमध्ये विद्युतनिर्मिती गृहे, उपकरणांची खोली, भांडार योजना , साहित्यांची हाताळणी व दुरुस्ती सेवा इत्यादींचा समावेश होतो. (ब) उत्पादकांच्या सेवांत कॅन्टिन, मनोरंजनगृहे, वाहन ठेवण्याची जागा व मूत्रीघरे इत्यादी योजना गृहीत असतात.

(7) **पुरवठा पद्धत :** श्रेणी पद्धतीत वारंवार करण्यात येणाऱ्या कार्यांचा कार्यक्षमतापूर्वक अवलंब होतो. कार्यातील कामकाजास अनावश्यक ठरणाऱ्या क्रिया टाळण्यात येतात. त्यामुळे कामगारांना करावयाच्या विविध कार्यास आवश्यक असणारी कामे करता येणे सुलभ होते. तसेच वेळ व त्याचा सदुपयोग करणारी कार्ये कलाकौशल्याने करता येतात.

(8) **संशोधन नियंत्रण :** कच्चा माल, कामाची प्रगती, पक्का माल, त्याची भांडारगृहात करण्यात येणारी रवानगी व उपकरणे इत्यादींवर नियंत्रण राखणाऱ्या कार्यांचा यात समावेश होतो. यांचे व्यवस्थापन उत्पादन कार्याशी निगडित असल्याने ते यात अंतर्भूत आहेत. कच्च्या मालाची वेळेपूर्वी होणारी खरेदी, त्याची गुणवत्ता, योग्य परिमाण व सुलभ किमतीत योग्य दराने खरेदी करणे शक्य होते. संशोधन नियंत्रणाच्या दृष्टीने कच्च्या व पक्क्या मालाचे संग्रहण करणे ही देखील एक महत्त्वाची बाब ठरते.

(9) गुणवत्ता नियंत्रण : व्यवसायाची दीर्घकालीन प्रक्रिया मालाची गुणवत्ता व त्याचा दर्जा कायम राखणे यावर विसंबून असल्याने व्यवस्थापक त्याप्रमाणे उत्पादनाचे धोरण ठरवितात व ग्राहकांना दर्जेदार माल खरेदी करणे शक्य होते. मालाच्या श्रेणी पद्धतीत अर्थातच मालाची गुणवत्ता व त्याचे विशेषीकरण साधणे, मालाची चाचणी करण्याच्या बाबतीत मालाची चव, आकार आणि रंग कायम राखणे याकडे व्यवस्थापकाचे अवधान असणे आवश्यक ठरते. गुणवत्ता नियंत्रणात मालाची चाचणी करणे, त्याचा दर्जा कायम राखणे व त्याच्या दर्जाबाबत विपणनाद्वारे खात्री करून घेणे इत्यादी बाबींचा समावेश होतो. भिन्न आकडेवारीच्या साहाय्याने मालाच्या गुणवत्तेची प्रत कायम राखणे सहज-सुलभ रीतीने शक्य होते.

(10) संशोधित उत्पादन वस्तू व विकास : संशोधन म्हणजे मालाचे नवीन ज्ञानतंत्र व प्रक्रियांच्या साहाय्याने संशोधन करणे होय. अनुप्रयुक्त संशोधन (Applied Research) झाल्यावर त्याचा विकास साधणे सहज शक्य होते. उत्पादनाच्या विकासकार्यात मूलतः पुढील कार्यांचा विचार करण्यात येतो :

(अ) उत्पादनातील खंड : कार्यसदृश गरजा भागविण्यासाठी नवीन उत्पादन तंत्राचा अवलंब करावा लागतो. उदा., अंघोळीची विविध प्रकारची साबणे.

(ब) उत्पादन मालातील सुधारणा : अस्तित्वात असणाऱ्या उत्पादन मालात त्याचा आकार, घडण, रंग, गुणवत्ता, उपयुक्तता व किंमत यांचा उत्पादन मालाची सुधारणा करण्याच्या दृष्टीने उपयोग होतो.

(क) सुलभीकरण : मालाचे सुलभीकरण साधताना तो माल उत्पादित करावयाच्या अनावश्यक क्रिया वगळण्यात येतात.

(ड) श्रेष्ठीकरण : माल चांगल्या दर्जाचा व प्रकारचा असल्यास त्याची देवाण-घेवाण करणे सुलभ होते. उदा., विविध उत्पादन केंद्रातर्फे उत्पादित करण्यात येणाऱ्या सायकला ट्यूब्ज.

1.1.4 उत्पादन व्यवस्थापकाची कार्ये

1. उत्पादन व्यवस्थापकाचे मूलभूत कार्य म्हणजे उत्पादित मालाच्या मागणीचा अंदाज घेणे होय.
2. उत्पादन निदेशकाची योग्य निवड करता येणे शक्य व्हावे म्हणून उत्पादन व्यवस्थापकास प्रशिक्षण कार्यक्रमाचे आयोजन करावे लागते. प्रस्तुत निदेशकाची निवड केल्यावर तो विभिन्न उत्पादन कार्यांची देखरेख केल्याने उत्पादनाची क्षमता वाढविणे त्यास शक्य होते.
3. मालकी हक्काच्या संकल्पनेनुसार उत्पादन व्यवस्थापकांस स्थापन केलेल्या सर्व उत्पादन केंद्रांचे व्यवस्थापन करणे निकडीचे असते. असे व्यवस्थापन केल्याने सर्व उत्पादन केंद्रे स्वायत्त उत्पादन केंद्रांप्रमाणे उत्पादन कार्याची सुरुवात करू शकतात.
4. कारखान्याच्या किंवा यंत्रसंचाच्या स्थानाबाबत उत्पादन व्यवस्थापक जातीने निर्णय घेऊ शकतात. त्यामुळे उत्पादन कार्यास सुरुवात झाल्यावर त्यापासून जास्तीत जास्त लाभ कसा घेता येईल, या अनुरोधाने त्यांच्या उत्पादन कार्याकडे लक्ष केंद्रित करणे त्यांना शक्य होते.
5. संशोधन कार्याचे योग्यरीत्या नियंत्रण करू शकेल, अशा व्यवस्थापकाची उत्पादकास नेमणूक करावी लागते. त्यामुळे उत्पादन कार्याचे सातत्य राखणे त्यास शक्य होऊन त्या कार्यासाठी कारखान्याची वा उत्पादन केंद्राची स्थापना करून ते उद्दिष्ट साध्य करणे त्यास सहज शक्य होऊ शकते.

6. योग्यायोग्यतेचा न्यायनिर्णय अधिकार वापरू शकणाऱ्या व्यवस्थापकांवर संपूर्णपणे विश्वास ठेवणे अत्यंत निकडीचे असते. कारण संपूर्ण परिस्थितीचे साकल्याने नियंत्रण करून त्यास संशोधन कार्याची पातळी कायम राखणे शक्य होईल व नैसर्गिक साधनसंपत्तीचा योग्य वापर करता येईल, अशा रीतीने न्याय्य निर्णय घेणे व्यवस्थापकाचे महत्त्वाचे कार्य असते.
7. उत्पादन व्यवस्थापक उत्पादित मालाची गुणवत्ता प्रत कायम राखू शकेल, अशा रीतीने कार्याची अंमलबजावणी करणारा असावा लागतो. त्याप्रमाणे त्या व्यवस्थापकास कच्च्या मालाचे योग्य निरीक्षण व नियंत्रण करणारा कर्मचारी वर्ग नियुक्त करणे निकडीचे असते. त्यामुळे उत्पादित मालाची गुणवत्ता कायम राखू शकेल, अशा रीतीने कच्च्या मालाचा उत्पादनासाठी वापर करणे त्यास सहज शक्य होते.
8. कार्याची विस्कळीतता लक्षात घेऊन त्याचे गुणवत्ता मालाचे उत्पादन करण्याच्या दृष्टीने संयोजन करणे व्यवस्थापकाचे महत्त्वाचे कार्य ठरते. कार्यातील विस्कळीतपणा नष्ट करण्याच्या दृष्टीने संयोजकता हे मूलभूत कर्तव्य मानले गेल्याने उत्पादन यंत्रणेत कार्यपालनाचे कर्तव्य पार पाडताना त्यास अनन्यसाधारण महत्त्व प्राप्त झालेले आढळते. उत्पादनयंत्रणेतील मूलभूत कर्तव्य म्हणून संयोजकतेकडे अंगुलिनिर्देश करावा लागतो.
9. उत्पादन व्यवस्थापकास उत्पादन कार्याच्या दृष्टीने विभिन्न प्रकारच्या माहितीचे संकलन करणे आवश्यक असते. कर्तव्याची भूमिका बजावीत असताना त्यास उत्पादन प्रक्रियेशी निगडित माहितीचे ज्ञान असणे व तिच्या सदुपयोगाने उत्पादन कार्य निर्विघ्नपणे पार पाडण्यास त्या माहितीच्या सारणीनुसार कार्याची अंमलबजावणी करणे आवश्यक असते. अशा प्रकारच्या अंमलबजावणीचे भान वेळोवेळी ठेवल्यास त्या उत्पादन कार्यास स्थैर्य प्राप्त होते.
10. दुसरे महत्त्वाचे कार्य म्हणजे निर्धारित उत्पादन प्रक्रियेचा विकास साधण्याच्या दृष्टीने अभिकल्प तयार करावा लागतो. त्याप्रमाणे प्रारंभीस उत्पादने लक्ष्य ठरवून त्या अनुरोधाने कार्यास सुरुवात करणे आवश्यक असते. अशा उत्पादनसंस्था स्पर्धेच्या उत्पादन कंपन्यांशी समर्थपणे तोंड देऊ शकतात.
11. यानंतरची महत्त्वाची उत्पादन कार्याची बाब म्हणजे उत्पादन प्रक्रियेशी निगडित योजना तयार करणे होय. या निर्धारित योजनेनुसार उत्पादन कार्याचा पाठपुरावा करावा लागतो. यासंबंधाने त्याच्याशी निगडित कार्य म्हणजे उत्पादनाचे लक्ष्य ठरविणे किंवा उत्पादनाची त्या अनुरोधाने सारणी तयार करणे होय. त्या सारणीनुसार उत्पादन कार्यास सुरुवात करून त्याच्याशी स्पर्धा करणाऱ्या अन्य उत्पादनसंस्थांना तोंड देणे आवश्यक असते.
12. उत्पादन कार्याची दुसरी पायरी म्हणजे उत्पादन कार्याची योजना तयार करणे व त्यानुसार उत्पादन कार्यात उत्पन्न होणाऱ्या भिन्न समस्यांचे निराकरण करणे होय. साधनसंपत्तीचा योग्य उपयोग करून उत्पादन कार्यात विशेषीकरण साधणे, त्याप्रमाणे त्या कार्याशी निगडित साधनसंपत्तीचा उपयोग करून उत्पादनाची दर्जेदार प्रत तयार करणे, त्याचप्रमाणे दर्जेदार मालास विपणन प्रक्रियेत योग्य किंमत यावी म्हणून निकडीची कार्ये सुरक्षितपणे पार पाडणे इत्यादी कार्यांचे संयोजन उत्पादन व्यवस्थापकास करणे आवश्यक असते.

यानंतरची उत्पादन कार्याची पुढील पायरी म्हणजे नियोजित योजनेनुसार उत्पादन कार्याचा पाठपुरावा करणे होय. त्याप्रमाणे उत्पादन कार्याची सुरुवात झाल्यास उत्पादन कार्याचे निर्धारित लक्ष्य गाठणे व दर्जेदार उत्पादन करणे उत्पादन व्यवस्थापकास शक्य होते. याप्रमाणे उत्पादन कार्याचे व्यवस्थापन करताना त्याच्याशी निगडित कार्याची अवधानपूर्वक अंमलबजावणी करणे आवश्यक असते.

1.1.5 उत्पादन व्यवस्थापकाच्या जबाबदाऱ्या

उत्पादन व्यवस्थापक हा आधारभूत साधने व सामग्री गोळा करून त्यांचा वापर करण्याचे कामी एक अत्यंत महत्त्वाचा घटक ठरतो. उत्पादन व्यवस्थापकाच्या प्रमुख जबाबदाऱ्या पुढीलप्रमाणे वर्णन करता येतील -

1. उत्पादन पद्धतीचे विश्लेषण व त्याद्वारे अत्यंत कार्यक्षम आणि किफायतशीर पद्धतीचा स्वीकार करणे.
2. संयंत्र रचना आणि कच्च्या मालाची हाताळणी योग्य पद्धतीने करणे.
3. कच्चा माल, अन्य वस्तू, उपकरणे तसेच उत्पादित व अर्ध–उत्पादित वस्तू इत्यादींच्या साठ्यावर नियंत्रण ठेवणे.
4. कार्यपद्धतीचा अभ्यास करणे व त्याद्वारे कामगारांची उत्पादकता वाढविणे.
5. उत्पादन खर्चावर नियंत्रण ठेवणे, त्यासाठी संशोधनावर भर देणे.
6. उत्पादन नियोजन म्हणजेच योग्य दर्जाची वस्तू योग्य वेळेला बाजारपेठेत आणणे. यासाठी बाजारपेठेचा सतत अभ्यास, बाजारातील मागणीचे पृथक्करण, ग्राहकांच्या प्रतिक्रिया इत्यादी गोष्टींचे भान ठेवावे लागते.
7. उत्पादन नियंत्रण म्हणजे मार्ग निर्धारण, वेळापत्रक आखणी आणि तपासणी या क्रिया अत्यंत चांगल्या पद्धतीने पार पाडणे.
8. उत्पादनाची गुणवत्ता सांभाळणे यालाच गुणवत्ता नियंत्रण अशी संज्ञा आहे.

अलीकडच्या काळात याबाबत 'जपानी तंत्रांचा' वापर केला जातो. एकूण गुणवत्ता व्यवस्थापन (Total Quality Management) 'जस्ट इन टाईम', 'कायझन' आदी तंत्रांचा वापर करून उत्पादनाची गुणवत्ता वाढण्याचे शास्त्रोक्त पद्धतीने प्रयत्न केले जातात. या प्रयत्नांसाठीदेखील उत्पादन व्यवस्थापक जबाबदार धरण्यात येतो.

1.1.6 उत्पादन व्यवस्थापन कार्याचे बदलते स्वरूप

ॲडॅम स्मिथ, चार्लस बॅबेज, टेलर यांसारख्या तज्ज्ञांनी आपल्या व्यवस्थापन विचाराची सुरुवात उत्पादन व्यवस्थापनापासूनच केली. इ.स. 1776 मध्ये ॲडॅम स्मिथ याने 'वेल्थ ऑफ नेशन्स' या आपल्या ग्रंथात 'उत्पादन बचती' वर्णन केल्या. चार्लस् बॅबेज (1886) आणि त्या पाठोपाठ टेलर यांनी उत्पादन कार्यात वैज्ञानिक दृष्टिकोन, शास्त्रीय पद्धतीवर आधारित कामाचे वाटप, विशेषीकरण इत्यादीबाबत अनुभव मांडले व त्यातून व्यवस्थापनाला शास्त्रीय पाया लाभला ! अलीकडे उत्पादनाचे स्वरूप केवळ काम, कामगार व कामावरील स्थिती यांच्याशी निगडित राहिली नाही. पर्यावरण समस्या, अस्थिरता, सामग्री टंचाई, वाढता खर्च इत्यादींमुळे गुणवत्ता नियंत्रण प्रक्रिया शोध, उत्पादकता वाढ इत्यादी तंत्रे आवश्यक ठरली. स्वयंचलित यंत्रे व संगणकीकरण यामुळे उत्पादन व्यवस्थापनाला एक नवीन दालन उपलब्ध झाले. जागतिकीकरण (Globalisation) खासगीकरण (Privatisation) आणि शिथिलीकरण (Liberalisation) यांमुळे 'जागतिक खेडे' (Global Village) ही बाजारपेठेची नवी संकल्पना अस्तित्वात आली. गुणवत्तेला अधिक महत्त्व प्राप्त झाले.

यामुळे वस्तू व सेवारचना, संशोधन, विकास, परिवर्तन इत्यादी गोष्टी अधिक महत्त्वाच्या बनल्या. उत्पादन व्यवस्थापन कार्य हे अधिक एकात्म बनले. अन्य व्यावसायिक कार्याशी त्याचे असलेले साहचर्य वाढले. म्हणूनच 'कार्यशाळा सांभाळ' हे स्वरूप जाऊन वस्तू सेवा व निर्मितीचे एक अत्यंत संवेदनशील व्यावसायिक अंग म्हणून उत्पादन व्यवस्थापन ओळखले जाऊ लागले.

पूर्वानुमान, नियोजन आणि नियंत्रण ही उत्पादन व्यवस्थापनाची अंगे आहेत. उत्पादन किती व कोणते करायचे हे निर्णय मागणी व विक्री अंदाजावर अवलंबून असतात. ग्राहकांची गरज, स्वरूप इत्यादींवर उत्पादन पद्धती, माल हाताळणी, कामगारांना देण्यात येणारा मोबदला, इत्यादी बाबींचा विचार उत्पादन कार्याशी निगडित करावा लागतो. अशा तऱ्हेने कार्यक्षमता, ग्राहक संतोष आणि उत्पादकता या तीन कसोट्यांवर उत्पादन कामाचे यश अवलंबून असते. उत्पादन कार्याची कार्यक्षमता ही उत्पादन कार्याच्या व्यवस्थापनावर ठरते.

आधुनिक काळात उद्योगसंस्था हीच एक यंत्रणा समजली जाते. उत्पादन कार्य हे उद्योगसंस्थेच्या विपणन, वित्तपुरवठा, कर्मचारी संबंध, इत्यादी घटकांशी प्रत्यक्ष निगडित असते. या सर्व घटकांचा परस्परसंबंध लक्षात घेऊन उत्पादन व्यवस्थापनाचे कार्य पार पाडावे लागते.

वरील स्वरूप विचारात घेता उत्पादन व्यवस्थापन हे एक तांत्रिक व संवेदनशील स्वरूपाचे कार्य आहे असे दिसून येईल. त्यामुळे उत्पादनाच्या कार्याचे संघटन व व्यवस्थापन ही जबाबदारी त्या व्यवसायातील तांत्रिक गुणश्रेष्ठता असलेल्या व्यक्तीकडे सोपविली जाते. अनेक ठिकाणी संचालकापैकी एखाद्या व्यक्तीला तांत्रिक संचालक किंवा पूर्णवेळ संचालक म्हणून उत्पादन विभागाला नेतृत्व देण्यासाठी नेमण्यात येते.

1.1.7 उत्पादन व्यवस्थापन कार्याचे संघटन

मध्यम व मोठ्या उद्योगात उत्पादन कार्याचे संघटन आणि व्यवस्थापन तीन स्तरांवर होते.

(1) उच्च स्तर – यामध्ये तांत्रिक संचालक किंवा पूर्ण वेळ संचालक किंवा कार्यकारी संचालक यांचा समावेश होतो.

(2) मध्यम पातळीवरील व्यवस्थापक किंवा उपव्यवस्थापक

(3) पर्यवेक्षक/सुपरवायझर निरीक्षक.

उत्पादन व्यवस्थापन कार्याचे संघटनेचे स्वरूप पुढील तक्त्यावरून लक्षात येऊ शकेल :

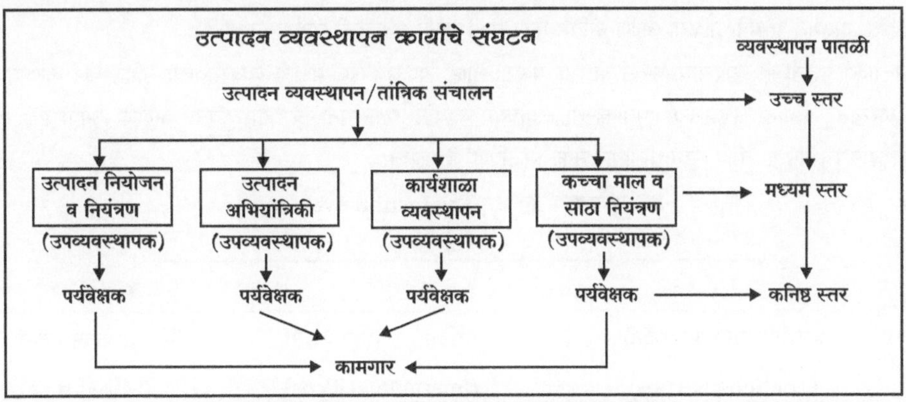

आकृती क्र. 1.2 : उत्पादन व्यवस्थापन कार्याचे संघटन

उत्पादन कार्याचे उद्दिष्ट प्राप्त होण्यासाठी एकूण उत्पादन कार्याचे विभाजन आकृतीत दर्शविलेल्या उपकार्यांमध्ये करावे लागते.

1.1.8 उत्पादनप्रणालीचे प्रकार

उत्पादन उद्योगात वस्तूंचे उत्पादन, रूपांतर किंवा त्यावर प्रक्रिया करण्यात येत असतात. उत्पादन ही एक तांत्रिक प्रक्रिया आहे. यामध्ये प्रत्यक्ष, अगर अप्रत्यक्षपणे मानवी अगर यांत्रिक क्रियेद्वारा कच्च्या मालावर संस्कार होऊन त्याचे रूप, आकार आणि घटक यात परिवर्तन होते व त्यातून एक उपयुक्त वस्तू निर्माण होते. अशा तऱ्हेने कच्च्या मालाचे रूपांतर उत्पादित वस्तूत होणारी ही एक सुसंघटित प्रक्रिया मानली जाते. उत्पादन पद्धतीत अंतर्गत साधनांवर (Inputs) प्रक्रिया करून अंतिम उत्पादने (Outputs) तयार केली जातात. कोणतीही पद्धती अंतर्गत साधने, प्रक्रिया व अंतिम फल यांनी युक्त असते.

पद्धती (System) → अंतर्गत साधने (Inputs) → प्रक्रिया (Processing) → अंतिम फल (Outputs)

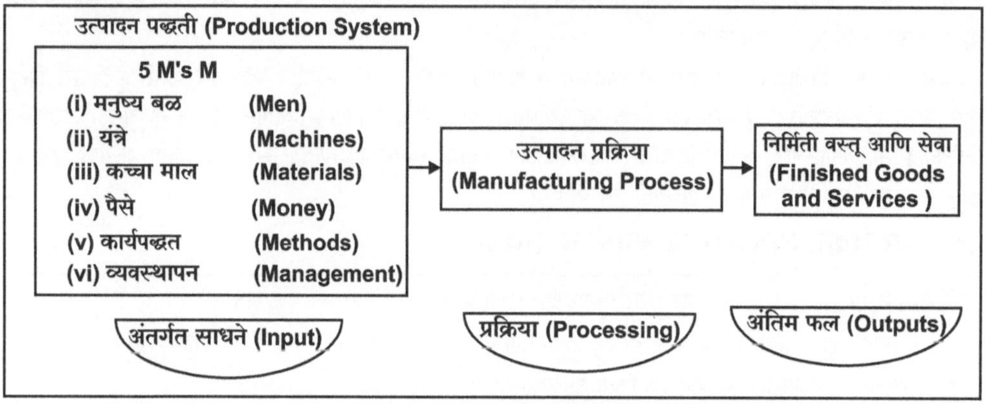

आकृती क्र. 1.3 : उत्पादन पद्धती

उत्पादन पद्धतीत 5 एम. (5M) चे व्यवस्थापन करून उत्पादन प्रक्रिया पूर्ण करून अंतिम वस्तू अगर सेवेची निर्मिती केली जाते. अंतर्गत साधने-प्रक्रिया आणि अंतिम फल यांनी युक्त असलेली उत्पादन पद्धती

उत्पादन पद्धती ही व्यवसाय-पद्धतीची उप-पद्धती आहे. या सर्व उप-पद्धती व्यवसायाची उद्दिष्टे पूर्ण करण्याकरिता कार्य करतात. समान उद्दिष्टांच्या पूर्तीकरिता त्यांच्या कार्यात एकसूत्रता व समन्वयता असणे आवश्यक असते. व्यवसायसंस्थेचे प्रमुख उद्दिष्ट 'समाधानाद्वारे नफा मिळविणे' हे असते.

उत्पादनाचे प्रकार (Production System)

अखंडित उत्पादन पद्धती (Continuous Typs)	**खंडित उत्पादन पद्धती** (Intermittent Type)	**मिश्र उत्पादन पद्धती** (Mixed type)
1. प्रक्रिया उत्पादन	1. प्रकल्प किंवा कार्य आदेश उत्पादन	
2. गठ्ठा उत्पादन	2. गटबार उत्पादन	
3. सतत परंतु खंडित उत्पादन		
4. संग्रह करण्यासाठी उत्पादन		

1.2 उत्पादन आणि सेवा प्रणालीतील आधुनिक प्रवृत्ती

प्रक्रिया कार्यक्षमता : उच्च प्रतीचा ग्राहक संपर्क असलेल्या ठिकाणी सेवाप्रणालीची आखणी करताना कार्यक्षमतेच्या उद्दिष्टांचा पाठलाग करणे फार अवघड जाते. उच्च प्रतीच्या ग्राहक संपर्कप्रणालीत, सेवा देणाऱ्या कर्मचाऱ्यांच्या बरोबरीने, सेवानिर्मितीत, ग्राहकांचासुद्धा मोठ्या प्रमाणावर सहभाग असू शकतो. म्हणूनच अशा वेळी सोय

व त्वरित प्रतिसाद या गरजा पूर्ण करणे आवश्यक असते. निव्वळ कार्यक्षमतेच्या दृष्टिकोनातून याचा संपूर्ण प्रणालीच्या कार्यावर परिणाम होत असतो. म्हणूनच आपण असा निष्कर्ष काढू शकतो की, उच्च दर्जाच्या ग्राहक संपर्कप्रणालीत उद्दिष्टांच्या परिणामकारकतेचा पाठलाग करणे अधिक महत्त्वाचे असते. सेवेच्या वितरणाची परिणामकारकता ही दिलेली सेवा ग्राहकांच्या किती पसंतीला उतरली आहे यावर अवलंबून असते. निम्न दर्जाच्या ग्राहक संपर्कप्रणालीत, निम्न खर्च व निम्न कार्यक्षमता यांसारख्या अंतर्गत उद्दिष्टांवर लक्ष केंद्रित करणे शक्य होते. याउलट, उच्च दर्जाच्या ग्राहक संपर्क प्रणालीत, सेवा संघटनेला ग्राहकांचे समाधान यांसारख्या बाह्य उद्दिष्टांवर लक्ष केंद्रित करावे लागते.

(1) क्षमता पर्याय : या चर्चेवरून आपल्याला सहजपणे असे लक्षात येते की, उच्च दर्जाच्या ग्राहक संपर्क प्रणालीसाठी, सामान्य क्षमतांपेक्षा जास्त क्षमतांची आवश्यकता भासू शकते. या क्षमता वापराची मध्यम अथवा नेमस्त पातळी संस्थेला अधिक चांगल्या स्थितीवर पोहोचवू शकते.

(2) सुविधांचे स्थान : उच्च दर्जाचा ग्राहक संपर्क लक्षात घेऊन आखणी केलेल्या सेवा संघटनेला, सुविधांचे स्थान या प्रश्नांकडे अधिक काळजीपूर्वक बघणे गरजेचे असते. अशा स्वरूपाच्या सेवा संघटनेत ग्राहकांचा सहभाग अपरिहार्य असल्यामुळे, सोईस्कर जागी सेवा वितरणप्रणाली प्रस्थापित करणे अतिशय महत्त्वाचे असते.

(3) प्रक्रिया नियंत्रण : प्रक्रिया नियंत्रणे प्रस्थापित करणे हेसुद्धा ग्राहक संपर्क पातळीवर अवलंबून असते. उच्च दर्जाच्या ग्राहक संपर्कप्रणालीत सेवेची परिवर्तनशीलता अधिक असण्याची गरज असते. कारण प्रत्येक ग्राहक आपली स्वभाववैशिष्ट्ये बरोबर आणत असतो. म्हणूनच अशा प्रकारच्या सेवा वितरणप्रणालीत सेवा देणाऱ्या कर्मचाऱ्यांना योग्य प्रशिक्षण देऊन त्यांचे कौशल्य विकसित करणे ही महत्त्वाची बाब ठरते.

1.2.1 सेवाप्रणाली आराखडा

प्रक्रियाप्रणालीचा आराखडा तयार करताना ती प्रणाली वापरण्याचे स्थान, तत्वज्ञान, क्षमता आणि प्रणालीची रूपरेषा इत्यादी बाबींचा समावेश केला जातो. या संबंधात घेतलेले निर्णय, ऑपरेशनच्या या प्रणालीमध्ये कामी लावायचा. कर्मचारी वर्ग, कौशल्ये, वापरावयाची नियोजन पद्धती यांसारख्या पैलूंवर थेट प्रभाव पाडत असतो. असे असले तरी सेवाप्रणालीचा आराखडा तयार करणे हे उत्पादनप्रणालीचा आराखडा तयार करण्यापेक्षा खूप वेगळे असते. उत्पादनप्रणालीत ग्राहक हा क्वचितच प्रणालीचा भाग असतो. ग्राहक फक्त ऑर्डर देत असतात आणि वस्तू मिळेपर्यंत वाट पाहतात. आणि याच मूलभूत समजुतीतून कोणत्या संसाधनांचा वापर करावयाचा ही संसाधने कशा पद्धतीने निर्धारित करावयाची, रूपांतरण प्रक्रियेचे दुवे कशा प्रकारे जोडत जायचे, कोणत्या प्रकारच्या नियोजन व समन्वय घटकांचा वापर करावयाचा याबाबतचे निर्णय घेतले जातात. याउलट, बहुतांशी सेवाप्रणालीत रूपांतरण प्रक्रियेमध्ये ग्राहकाचा सहभाग अपरिहार्य असतो. म्हणूनच सेवाप्रणालीचा आराखडा करताना आराखडा तयार करणाऱ्याला या सेवा प्रक्रियेत, प्रक्रियेचा एक भाग म्हणून ग्राहकाचा समावेश करावा लागतो. यादृष्टीने सेवाप्रणालीचा आराखडा तयार करण्याचे मार्ग वेगळेच असतात.

सेवा आराखड्याच्या दृष्टिकोनातून या उपलब्धी साध्य करण्यासाठी, उपाहारगृहाचा आराखडा तयार करताना आपल्याला काही प्रश्नांची उत्तरे देणे गरजेचे असते. या प्रक्रियेत आपणास अनेक समस्यांना सामोरी जावे लागते. यापैकी काही समस्यांची यादी पुढीलप्रमाणे करता येईल.

1. सेवेचे ग्राहकाचा मनात स्थान निश्चित करण्यासाठी आपणासमोर काही पर्याय उपलब्ध आहेत का ? या सर्वांचा एकूण सेवा वितरण आराखड्यावर काय परिणाम होईल ?
2. सेवा देणारा आणि ग्राहक यांच्यामधील स्वरूप आणि सुसंवाद याची पातळी काय निश्चित करावी ? याचे काय परिणाम होतील.
3. आपणाला कोणत्या पातळीवरील तंत्रज्ञानाचा वापर करणे आवश्यक आहे ? या तंत्रज्ञानाचा वापर आपण कसा आणि कोठे केला पाहिजे ?
4. या सेवा वितरणप्रणालीतील दर्शनी कार्यालय आणि मागील कार्यालय यांचे घटक कोणते ? हे घटक हुडकून कशा प्रकारे निश्चित करावयाचे ?
5. भोजनकक्ष आणि स्वयंपाकघर याचा आराखडा कशा प्रकारे तयार करावा ? यांच्या आराखडा निवडीवर प्रभाव टाकणारे घटक कोणते ?
6. सेवा वितरणप्रणालीची मांडणी कशा प्रकारे करावी ? येथील सजावट आणि अनुभव/जाणीव या संबंधीच्या कोणत्या घटकांवर सर्वाधिक लक्ष केंद्रित करणे गरजेचे आहे ?
7. भोजनकक्षाची आणि स्वयंपाकघराची क्षमता काय असावी ? याचा अंदाज कसा बांधता येईल. भोजनकक्षात येणाऱ्या ग्राहकांच्या संख्येची आणि उपाहारगृहातील पदार्थांची मागणी यांची अनिश्चतता यामुळे हा अंदाज कसा बांधता येईल ?
8. उपाहारगृहाच्या दर्जाचे मापन कसे करावे व त्याच्यात कशी सुधारणा करावी ?

(I) अखंडित उत्पादन पद्धती (सातत्याने होणारे उत्पादन)

''ज्या पद्धतीत कच्च्या मालाचे पक्क्या मालात रूपांतर होईपर्यंत उत्पन्नाची प्रक्रिया सातत्याने चालू असते त्या पद्धतीस सतत उत्पादन प्रक्रिया किंवा अखंडित उत्पादन प्रक्रिया असे म्हणतात.''

या पद्धतीत उत्पादन प्रक्रियेचा प्रवाह हा निरंतर असतो. उत्पादनात खंड पडत नाही. उत्पादन वारंवार त्याच पद्धतीने केले जाते. या पद्धतीत उत्पादन कार्याची एक साखळीच निर्माण झालेली असते. बाजारपेठेतील मागणी विचारात घेऊन उत्पादनाचा योग्य क्रम लावलेला असतो. सातत्याने उत्पादन केले जात असल्याने उत्पादन विभागास मालाचा सातत्याने पुरवठा करावा लागतो.

या पद्धतीत एकदा कच्चा माल यंत्रात घातल्यानंतर त्यावर एका विभागातून दुसऱ्या विभागात, एका प्रक्रियेनंतर दुसऱ्या प्रक्रियेत, एका यंत्रातून दुसऱ्या यंत्रात, तिसऱ्या यंत्रात अशा अनेक प्रक्रिया केल्या जातात. नियोजित वस्तूचे सुटे भाग एकत्र जोडले जातात. पहिल्या टप्प्यापासून ते अखेरच्या टप्प्यापर्यंत सरकत्या पट्ट्यांवर (Conveyer Belt) कामगार प्रक्रिया करतात आणि ती वस्तू पुढच्या प्रक्रियेच्या प्रवासासाठी सरकत्या पट्ट्यांवर पुन्हा ठेवतात. अशा तऱ्हेने एक-एक प्रक्रिया पूर्ण करत प्रत्येक टप्प्यात वस्तू पूर्ण आकार घेत राहते. उदा., उसापासून साखरेचे उत्पादन करताना या पद्धतींचा अवलंब केला जातो. ऊस यंत्रात घातल्यानंतर त्याचा रस काढणे, त्यावर रासायनिक प्रक्रिया करणे, रस तापविणे, रसाचे रूपांतर पांढऱ्या शुभ्र खामांमध्ये करणे आणि शेवटी साखर तयार होणे इत्यादी क्रिया सातत्याने व अखंडपणे चालू असतात.

तेलशुद्धीकरण, सिमेंट उद्योग, मोटार-गाड्या, रेडिओ, धुलाई यंत्रे, रेफ्रिजरेटर्स आणि अन्य तत्सम उत्पादने यांचे उत्पादनदेखील याच पद्धतीने केले जाते.

या पद्धतीने उत्पादन करीत असताना संयंत्ररचना प्रामुख्याने वस्तूनुसार (Product layout) केली जाते; कारण प्रत्येक वस्तूचे उत्पादन सातत्याने केले जाते. उत्पादन प्रक्रियांची क्रमवारी व रचना यांमध्येही बदल होत नाही. वस्तूंनुसार यंत्रांची रचना करताना प्रत्येक वस्तूच्या उत्पादन प्रक्रिया लक्षात घेऊन त्या वस्तूच्या उत्पादनाकरिता लागणाऱ्या यंत्रांची रचना केली जाते.

अखंडित उत्पादन पद्धतीचे तांत्रिक दृष्ट्या वर्गीकरण करण्यासाठी लागणाऱ्या यंत्रांची रचना :

(1) उष्णता किंवा अग्निसंस्कार पद्धती : या पद्धतीत मूळ कच्चा माल तापविला जातो किंवा त्याला विशिष्ट उष्णता देऊन पदार्थ निर्माण केला जातो. उदा., लोण्यापासून तूप तयार करणे, दुधापासून मिठाई तयार करणे, बॉक्साइटपासून ॲल्युमिनिअम तयार करणे.

(2) संयोगात्मक प्रक्रिया पद्धती : जेव्हा एखाद्या वस्तूच्या उत्पादनाकरिता वेगवेगळ्या पदार्थांचे संयोग किंवा एकत्रीकरण करावे लागते व त्यापासून एक वस्तू तयार होते त्याला 'संयोगात्मक प्रक्रिया' असे म्हणतात. उदा., काचनिर्मिती उद्योग, साबणनिर्मिती, सिमेंट, औषधे, रासायनिक खते इत्यादी.

(3) बाह्य प्रक्रिया पद्धती : काही वेळेला कच्च्या मालावर बाह्य प्रक्रिया करून पक्क्या मालाची निर्मिती केली जाते. कच्चा माल भिजवून, वाळवून, रगडून, घोटून, छाटून, तुकडे करून, त्याचे रूपांतर पक्क्या मालात केले जाते. उदा., कातडी वस्तू, ज्यूट उत्पादन, दोरखंड, तंबाखू, चहा इत्यादी वस्तूंचे उत्पादन.

(4) सूक्ष्म अभ्यास किंवा पृथक्करण पद्धती : या प्रकारच्या प्रक्रियेत कच्च्या मालाचे रूपांतर पक्क्या मालात होताना उत्पादन प्रक्रियेच्या वेगवेगळ्या अवस्थेत वेगवेगळ्या प्रकारचा पक्का माल तयार होत असतो. उदा., कच्चे लोखंड भट्टीत तापवून त्यापासून वेगवेगळ्या उष्णतामानावर ओतीव लोखंड, पोलाद, घडीव लोखंड तयार केले जाते. गूळ उत्पादनात उसाच्या रसाच्या वेगवेगळ्या उष्णतामानातून काकवी, चिक्कीचा गूळ तयार केला जातो.

अखंडित उत्पादन पद्धतीचे उपप्रकार :

(1) प्रक्रिया उत्पादन : एकाच प्रकारच्या वस्तूची निर्मिती करण्यासाठी ठरावीक प्रक्रिया अखंडपणे चालू ठेवून निर्मिती कार्य केले जाते. उदा., कापसापासून कापडनिर्मिती करणे, उसापासून साखरेची निर्मिती करणे, बांबू किंवा वनस्पतींपासून कागदनिर्मिती करणे इत्यादी.

(2) गठ्ठा किंवा मोठ्या प्रमाणावरील उत्पादन : या प्रकारात उत्पादनाची विशिष्ट मात्रा किंवा संख्या ठरवून उत्पादन केले जाते. उत्पादन किती प्रमाणात करावयाचे याचा विचार करून उत्पादनाचा एक किफायतशीर गठ्ठा ठरविला जातो. तेवढ्या गठ्ठ्यापुरते उत्पादनात सातत्य राखले जाते. तो गठ्ठा संपला की दुसऱ्या गठ्ठ्याचे उत्पादन सुरू होते. उदा., औषधांची निर्मिती करताना अशा उत्पादन पद्धतीचा अवलंब केला जातो.

(3) सतत परंतु खंडित (प्रवाहानुसार) उत्पादन : काही वस्तूंची निर्मिती ही बाजारातील मागणीच्या प्रवाहानुसार किंवा हंगामानुसार केली जाते. अशा वेळी उत्पादन सतत होत असले तरी ते मागणीनुसार खंडित करून काही काळानंतर पुन्हा त्याचे उत्पादन सुरू केले जाते. उदा., पावसाळ्यात वापरावयाच्या वस्तू - छत्री, रेनकोट, पावसाळी पादत्राणे इत्यादी.

(4) संग्रह करण्यासाठी उत्पादन : काही वस्तूंना मागणी कायम असते परंतु त्याचे उत्पादन मात्र कायम केले जात नाही. अशा वस्तूंच्या मागणीचा विशिष्ट कालावधीसाठीचा अंदाज करून साठा करण्यासाठी उत्पादन करण्यात येते. उदा., पाठ्यपुस्तके यांची निर्मिती, स्टेशनरी, तयार कपडे तसेच यंत्रसामग्रीसाठी लागणारे स्पेअरपार्ट्स इत्यादींची निर्मिती.

अखंडित उत्पादनाची वैशिष्ट्ये :

(1) सरळ रेषात्मक उत्पादन : अखंड उत्पादन पद्धतीमध्ये उत्पादनाच्या प्रक्रिया या एका मागोमाग एक होत असतात. त्यासाठी आवश्यक असणारी यंत्रे प्रक्रियेच्या क्रमानेच मांडलेली असतात. कच्च्या मालावर प्रक्रिया ज्या क्रमाने कराव्या लागतात त्याप्रमाणेच यंत्रांचीही मांडणी केलेली असते. त्यास सरळ रेषात्मक उत्पादन असे म्हणतात.

(2) यंत्रांची समतोल कार्यक्षमता : एका प्रक्रियेतून दुसऱ्या प्रक्रियेपर्यंत साधनसामग्री सतत व एकसारखी जात असल्याने यंत्राच्या कार्यक्षमतेचा योग्य तो समतोल साधणे सोईचे ठरते. सर्व यंत्रांचा कार्यक्षमतेने वापर होण्यासाठी सर्वांची कार्यक्षमता समान असणे गरजेचे असते.

(3) मोठ्या प्रमाणावरील उत्पादने : सतत उत्पादन करणाऱ्या कारखान्यात वस्तूचे प्रकार थोडे असतात. परंतु प्रत्येक वस्तूचे उत्पादन प्रमाण फार मोठे असते. हे कारखाने प्रचंड असतात. केलेले उत्पादन साठवून ठेवण्याची क्षमता मोठी असते आणि सतत येणारी मोठ्या प्रमाणावरील मागणी पूर्ण करण्यासाठी वाहतूक व्यवस्थाही चांगली असते. वितरणाचेही जाळे व्यापक असते.

(4) स्वयंचलनीकरणास वाव : प्रक्रिया प्रमाणित झाल्याने आणि उत्पादनाचे प्रमाण मोठे असल्याने संपूर्ण यांत्रिकीकरण आर्थिकदृष्ट्या किफायतशीर असते. अखंडित उत्पादन आधुनिक काळात स्वयंचलित यंत्रांद्वारे होऊ लागले आहे. उदा., साबण, काचेच्या वस्तू, सिगारेट, कापड, इत्यादी.

(5) उत्पादन सुलभता व प्रमाणीकरण : उत्पादनाची पद्धती, कच्चा माल, वापरण्यात येणारी सामग्री यांचे मोठ्या प्रमाणावर प्रमाणीकरण केलेले असते. उत्पादन सुलभ होण्यास प्रमाणीकरण मदत करते.

(6) उत्पादनासाठी कच्चा माल व साधनसामग्रीचा किमान साठा : या प्रकारच्या उत्पादन पद्धतीमध्ये कच्चा माल, यंत्राचे सुटे भाग आणि इतर साधनसामग्री यांचा साठा तुलनात्मक दृष्टीने कमी असतो. उत्पादनाच्या पूर्वनियोजनानुसार कच्चा माल येत असतो आणि तो उत्पादनासाठी लगेच वापरला जातो.

(7) यंत्रसामग्रीची काळजी व देखभाल : कच्चा माल व इतर साधनसामग्रीत वाजवीपेक्षा जास्त भांडवल अडकून पडू नये यासाठी कच्चा माल जास्त वेगाने येत नाही आणि त्याचबरोबर कमी वेगाने येऊन उत्पादनामध्ये खंड पडत नाही याची विशिष्ट काळजी घेतली जाते. यंत्रसामग्रीची देखभाल वेळोवेळी केली जाते.

(9) यंत्रसामग्री व यंत्ररचनेवरील भांडवली खर्च : यंत्रसामग्री व यंत्ररचना यावर मोठ्या प्रमाणावर भांडवली खर्च केला जातो.

(10) कुशल व अकुशल कामगारांचा उपयोग : उत्पादनाच्या पद्धतीत सहसा बदल केला जात नाही. दीर्घकाळापर्यंत उत्पादनाची तीच पद्धती वापरली जाते. त्याचप्रमाणे यंत्रे चालविण्यास कामगारांची संख्या कमी असते. कारण यंत्रे स्वयंचलित असतात. अकुशल कामगारांकडून उत्पादन करून घेणे शक्य होते.

(11) उत्पादनासाठी लागणारी यंत्रसामग्री : या प्रकारच्या उत्पादनासाठी आवश्यक असणारी यंत्रसामग्री तयार करण्यासाठी तज्ज्ञ, कल्पक व कुशल यंत्र तज्ज्ञांचीच गरज असते. उत्पादन प्रक्रियेत सतत संशोधन चालू असते व नव्या –नव्या यंत्रांद्वारे मोठ्या प्रमाणावर उत्पादन करण्यासाठी शोधकार्य चालू ठेवावे लागते.

अखंडित उत्पादन पद्धतीचे फायदे :

1. उत्पादन मोठ्या प्रमाणावर आणि एकाच प्रकारच्या वस्तूचे होत असल्याने उत्पादन खर्च कमी असतो.
2. उत्पादन वाहतूक स्वयंचलित यंत्राने होत असल्याने मानवी श्रम कमीत कमी असतात. मानवी श्रमात बचत करणे शक्य होते.
3. कामगारांना कुठल्यातरी एकाच प्रक्रियेवर सतत काम करावे लागत असल्याने ती प्रक्रिया शिकण्यास कमी वेळ लागतो.
4. यंत्रे चालविण्यासाठी अकुशल कामगारही चालतात त्यामुळे मजुरीवरील खर्चात मोठ्या प्रमाणात बचत होते.
5. यांत्रिकीकरणाचा वापर केला जात असल्याने वाहतुकीसाठी जास्त वेळ लागत नाही. वाहतूक सुलभ पद्धतीने होऊ शकते.
6. कच्च्या मालाच्या अंदाज पूर्वीच ठरलेला असल्याने त्यांची प्राप्ती उत्पादन सुरू होण्यापूर्वी करून ठेवता येते.
7. यांत्रिकीकरणामुळे कच्चा माल व सुटे भाग यांचा साठा कमीत कमी राहतो त्यामुळे नासधूस कमी होते.
8. एकाच प्रकारच्या वस्तूचे उत्पादन प्रचंड प्रमाणात झाल्याने विक्री आणि जाहिरात खर्चाची प्रत्येक नगावर होणारी विभागणी किमान राहते.
9. उत्पादन सातत्याने अखंडितपणे चालू राहिल्याने एकूण उत्पादन खर्चाचे प्रमाण कमी होते.
10. दर्जानुसारच उत्पादन सातत्याने पुरविणे शक्य होते.
11. कच्चा माल आवश्यकतेनुसारच वेळोवेळी उपलब्ध केला जात असल्याने जादा माल खरेदी करून अनावश्यक भांडवल गुंतवणूक करावी लागत नाही.
12. उत्पादनातील विविध प्रक्रियांमध्ये समन्वय साधणे शक्य होते.
13. सर्व प्रकारच्या उत्पादनाचा दर्जा समान असतो. त्यात एकसंधपणा राखणे शक्य होते.
14. उत्पादनाच्या प्रत्येक अवस्थेवर नियंत्रण ठेवणे शक्य होते.

अखंडित उत्पादन पद्धतीचे तोटे किंवा दोष :

1. या पद्धतीत एका प्रक्रियेवर दुसरी प्रक्रिया अवलंबून असते. पहिल्या प्रक्रियेच्या वेळी यांत्रिकी बिघाडामुळे अडथळा आला व ती प्रक्रिया अपूर्ण राहिली तर त्यानंतरच्या सर्व प्रक्रिया खोळंबून राहतात. संपूर्ण उत्पादन थांबते.
2. यंत्रे व कामगार यांच्यात लवचीकता अत्यंत कमी असते. उत्पादित वस्तूला मागणी कमी झाल्यास यंत्रांचा उपयोग ताबडतोब दुसरीकडे केला जात नाही. बदल घडवून आणावयाचा असेल तर खूप भांडवली खर्च करावा लागतो.
3. उत्पादनाचे प्रमाण चटकन बदलता येत नाही. या पद्धतीत उत्पादनाची पातळी किंवा मर्यादा ठरलेली असते. ते प्रमाण त्वरित बदलता येणे शक्य होत नाही.
4. यंत्राची कार्यक्षमता ही ठरावीक मर्यादेपर्यंतच वाढविता येते. त्यांच्यावर जादा कामाचा भार टाकता येत नाही. तसेच काही कारणाने मागणी कमी झाल्यास त्यानुसार उत्पादन कमी करता येत नाही. त्यामुळे तोटा सहन करावा लागतो. भांडवल उत्पादन खर्चात वाढ होते.
5. या पद्धतीत कामगाराला एकच क्रिया किंवा यंत्र हाताळायचे असते. त्यामुळे तो अन्य प्रक्रिया, यंत्रे याबाबत अनभिज्ञ राहतो. त्याला कामात विशेष रस वाटत नाही आणि त्याच्या स्वतःच्या प्रगतीला मर्यादा पडतात.

(II) खंडित उत्पादन पद्धती

गटागटाने उत्पादन किंवा तुटक उत्पादन पद्धती : या प्रकारच्या उत्पादन प्रक्रियेत वस्तूचे उत्पादन एकदम न होता प्रथम त्या वस्तूचे वेगवेगळे भाग तयार होतात. असे भाग तयार करण्यासाठी विविध भागांमध्ये वेगवेगळ्या प्रक्रिया कराव्या लागतात. त्या प्रक्रियांद्वारे निर्माण होणाऱ्या प्रत्येक भागाची नंतर जोडणी केली जाते व पूर्ण वस्तू तयार केली जाते.

या पद्धतीत वस्तूंचे ठरावीक प्रमाणात (गटागटाने) उत्पादन केले जाते. ठरावीक वस्तूंचे उत्पादन पूर्ण होईपर्यंत पुढील उत्पादनास सुरुवात होत नाही. एका वेळी किती वस्तूंचे उत्पादन करावयाचे हे उत्पादन व्यवस्थापक बाजारातील मागणी, ग्राहकांचे आदेश, उत्पादन क्षमता वगैरेंचा विचार करून ठरवतो. या पद्धतीने प्रत्येक गटाचे उत्पादन करताना वस्तूचा रंग, आकार, स्वरूप यात बदल केला जाणे शक्य असते.

खंडित उत्पादन म्हणजेच आदेशानुसार उत्पादन होय. ज्या वेळी सतत निर्मिती प्रक्रिया ही शक्य होत नाही, तेव्हा ठरावीक संख्या किंवा प्रमाण निश्चित करून त्यानुसार कमी अगर जास्त प्रमाणात तुकड्या तुकड्याने उत्पादन केले जाते. या प्रकारात उत्पादन हे सतत चालण्याऐवजी ठरावीक संख्येत किंवा गटात केले जाते. यासाठी मात्र आर्थिकदृष्ट्या उचित अशी संख्या निश्चित करावी लागते. त्यालाच 'उत्पादन गट आकार' असे म्हणतात.

या पद्धतीत बाजारपेठेनुसार उत्पादन घेतले जाते. त्यामुळे कच्च्या मालाचा प्रवाह तेवढ्या आदेशानुसार राहतो. म्हणजेच खंडित राहतो.

खंडित किंवा गटागटाने उत्पादन पद्धतीचे प्रकार :

(1) प्रकल्प किंवा कार्य आदेशानुसार उत्पादन : ग्राहकांच्या प्रत्येक आदेशानुसार किंवा विशिष्ट प्रकल्पानुसार जेव्हा विशिष्ट वस्तूचे प्रमाण व स्वरूप निश्चित करण्यात येते तेव्हा त्या उत्पादनाला कार्य आदेशानुसार उत्पादन असे म्हणतात.

कार्य आदेश उत्पादन प्रक्रियेत वस्तूंसाठी संस्थेकडे ज्या प्रकारे मागण्या नोंदविल्या जातील त्यांचा क्रम लावून उत्पादन कार्य केले जाते. या पद्धतीत वस्तूंचा तपशील भिन्न असतो. वस्तूचा आकार, रंग, रूप हे सर्व मागणीप्रमाणे असावे लागते, म्हणूनच उत्पादन प्रक्रिया करताना व प्रत्येक प्रक्रियेकरिता मालाचा पुरवठा करताना विशेष काळजी घ्यावी लागते.

(अ) संपूर्ण प्रकल्प किंवा कार्य ही एक उत्पादन क्रिया मानली जाते.

(ब) प्रत्येक कार्य किंवा प्रकल्प यासाठी स्वतंत्र संयंत्र रचना व कामगार भरती आवश्यक असते. यंत्ररचना कार्यानुसार करणे हितावह ठरते.

(क) भांडवली गुंतवणुकीचे प्रमाण मोठे असते.

(ड) नियंत्रण तुलनेने सुलभ व सरळ रेषेत असते.

(इ) अशा प्रकल्पासाठी किंवा कार्यासाठी लागणारी यंत्रे ही विशिष्ट प्रकारची असतात. ते कार्य अगर प्रकल्प पूर्ण झाल्यानंतर त्या यंत्राचा फारसा उपयोग होत नाही.

(ई) प्रकल्पांचा खर्च अनुदानावर किंवा बाह्य निधींवर अवलंबून असेल तर प्रकल्प वेळेवर पूर्ण करण्यात अडचणी येऊ शकतात.

(उ) कार्य आदेशात उत्पादन प्रक्रिया सुरू झाल्यानंतर बदल करणे अधिक खर्चाचे ठरते.

(2) गटवार उत्पादन किंवा गट उत्पादन : वस्तूंचे उत्पादन जेव्हा गटागटाने किंवा वस्तूंच्या समुदायानुसार (In lots) करण्यात येते, तेव्हा त्या उत्पादनाला 'गट उत्पादन पद्धती' असे म्हणतात.

वस्तूंचे गटवार उत्पादन करताना वस्तूंना असणारी मागणी विचारात घेऊन, वस्तूंचे गट बनवून उत्पादन केले जाते. प्रत्येक आदेश, आदेशांनुसार वस्तूंचा गट व त्याचे कार्य वेळापत्रक यांचे नियोजन अतिशय काळजीपूर्वक करावे लागते.

वैशिष्ट्ये :

1. वस्तूची विविधता असल्याने एका वस्तूची मागणी घसरली की दुसऱ्या वस्तूच्या उत्पादनाचे प्रमाण वाढविता येते व होणारे नुकसान टाळता येते.
2. व्यापारीदृष्ट्या ही पद्धती अधिक फायदेशीर आहे.
3. तौलनिकदृष्ट्या विक्री आणि जाहिरातीचा प्रत्येक नगाचा येणारा खर्च जास्त असतो.
4. कच्च्या मालाची खरेदी ही कमी प्रमाणात होत असल्याने मोठ्या प्रमाणावरील खरेदीचे फायदे होत नाहीत.

खंडित उत्पादन पद्धतीची वैशिष्ट्ये :

1. नियोजन, मार्गनिर्धारण व कार्यवेळापत्रक या तिन्ही घटकांत उत्पादनाच्या मागणीनुसार बदल करावे लागतात.
2. उत्पादन प्रक्रियेतील प्रत्येक अवस्था भिन्न असल्याने विभागवार गुदामे निर्माण करावी लागतात. मालसाठा मोठ्या प्रमाणावर करावा लागतो.
3. ही पद्धती कुठल्याही प्रकारचे नवीन तंत्रज्ञान विभागवार अस्तित्वात आणू शकते. त्यातील बदल विचारात घेऊ शकते.
4. उत्पादनास असणारी मागणी कमी-अधिक होऊ शकते.
5. उत्पादन प्रक्रिया वेगवेगळ्या विभागामार्फत होत असल्याने त्यामध्ये समन्वय नसतो. काही वेळेला त्यात एकजिनसीपणा नसतो.
6. प्रक्रियानुरूप व कार्य वेळापत्रकानुसार उत्पादन केले जाते.
7. भांडवल गुंतवणूक मोठ्या प्रमाणावर करावी लागते.
8. उत्पादन प्रक्रिया होत असताना निरीक्षणाची गरज नसते. कारण प्रमाणानुसार वस्तूंची निर्मिती केली जाते.
9. कारखान्यातील विविध प्रक्रिया व त्यांचे स्वरूप वस्तूंस असणाऱ्या मागणीवर अवलंबून असते.
10. खंडित प्रक्रिया ही सुट्या भागांची रचना करून उत्पादन करीत असते. त्यामुळे ज्या वस्तूसाठी अनेक भागांच्या साहाय्याने निर्मिती होते, त्या वस्तूंच्या निर्मितीसाठी ही पद्धती उपयुक्त ठरते.

खंडित उत्पादन पद्धतीचे फायदे :

1. एखाद्या उत्पादनाच्या भागात खंड पडला तरी इतर भागाचे उत्पादन चालू ठेवता येते. एका यंत्रावरील बंद पडलेली कामे अन्य यंत्राच्या साहाय्याने पूर्ण करता येतात.
2. यंत्रसामग्री, व्यवस्थापन आणि कामगार या बाबतीत लवचीकता साधता येते.
3. अनेक प्रकारच्या वस्तूंची लहान-लहान मागणी पूर्ण करण्याच्या दृष्टीने उत्पादन पद्धतीत बदल करता येतो.
4. इतर मागण्या बाजूस ठेवून अधिक जरुरीच्या मागण्या अगोदर पूर्ण करता येतात. मागणीनुसार उत्पादन क्रम ठरविणे शक्य होते.

5. बाजारपेठेत मागणीच्या स्वरूपात अचानक बदल झाला तर उत्पादन पद्धतीतही बदल करता येतो. प्रसंगी उत्पादन थांबविणेही शक्य होते.

खंडित उत्पादन पद्धतीचे तोटे : एकाच प्रकारचे उत्पादन आणि उत्पादनाची मोठ्या प्रमाणावरील मात्रा या दोन्ही गोष्टी अभावानेच या पद्धतीत आढळून येत असल्यामुळे उत्पादनातील सातत्य टिकून राहत नाही. त्यामुळे जे काही दोष आहेत ते उत्पादन पद्धतीच्या तुलनेद्वाराच स्पष्ट होऊ शकतात.

वस्तूंच्या मागणीमध्ये न्यूनता निर्माण झाली तर कामगार कमी करावे लागतात किंवा मागणी कमी होऊनही उत्पादन चालू ठेवावे लागल्यास उत्पादनाचा सरासरी खर्च वाढतो. हा या पद्धतीचा प्रमुख दोष सांगता येईल.

(III) मिश्र उत्पादन किंवा संयुक्त प्रक्रिया पद्धती

आधुनिक काळात बहुतेक सर्व उद्योगसंस्था अखंड उत्पादन प्रक्रिया व गटवार उत्पादन प्रक्रिया या दोन्ही उत्पादन-प्रक्रिया प्रकारांचा वापर करतात, त्यालाच 'मिश्र उत्पादन पद्धती' असे संबोधले जाते.

अनेक उद्योगात अखंडित आणि खंडित अशा दोन्ही उत्पादन पद्धती अनुसरल्या जातात. खऱ्या अर्थाने अखंडित उत्पादन हे सर्वसाधारणपणे दिसून येत नाही. विशेषतः आधुनिक काळात स्वयंचलित कारखाने स्थापन झाले आहेत. तसेच उत्पादित वस्तूसाठी एखादा विशेष किंवा सुधारित असा सुटा भाग अगर मुलामा तयार करावा लागतो. विशेषतः जुळणी स्वरूपाच्या वस्तूंबाबत एखाद्या कारखान्यात अखंडित उत्पादन आणि खंडित उत्पादन असे दोन्ही प्रकार चालू ठेवावे लागतात.

लघुउद्योगाबाबत उत्पादन कार्य आदेशानुसार अगर खंडित स्वरूपाचे असते. परंतु या प्रकारात काही टप्पे हे सतत किंवा अखंडित प्रकारात मोडतात. एकाच प्रकारच्या यांत्रिक रचनेद्वारे विविधरूपी व आदेशानुसार उत्पादन कार्य केले जाते. प्रत्येक नगाला येणाऱ्या उत्पादन खर्चाचा विचार केला असता अखंडित उत्पादन प्रकार आणि खंडित उत्पादन प्रकार यांच्यात समतोल साधून त्यात परस्परपूरकता कशी आणता येईल हाच विचार करून मिश्र उत्पादन पद्धतीचा अवलंब केला जातो. मिश्र प्रकारचे उत्पादन सोईचे व लोकप्रिय होण्याचे कारण असे की संगणकीय वस्तू आराखडा आणि संगणकीय आधारावर वस्तुनिर्मिती हे होय. वस्तुनिर्मितीचा आराखडा आणि वस्तूचे उत्पादन करताना संगणकाद्वारे नियंत्रण केल्यामुळे मिश्र उत्पादन पद्धतीचा वापर करणे सहज शक्य होते.

अशा तऱ्हेने खंडित आणि अखंडित उत्पादन पद्धतीच्या गुण-दोषांचा विचार करून मिश्र उत्पादन पद्धतीचा अवलंब केला जातो. प्रामुख्याने उत्पादन प्रक्रियेची आखणी, उत्पादनाचे नियोजन आणि नियंत्रण करण्यापूर्वी उत्पादन प्रकारची निवड करावी लागते आणि वस्तुनिर्मिती केली जाते.

1.2.2 अखंडित उत्पादन आणि खंडित उत्पादन

अखंडित उत्पादन आणि खंडित उत्पादन यातील फरक

क्र.	मुद्दे	अखंडित उत्पादन पद्धती	खंडित उत्पादन पद्धती
1.	उत्पादन करावयाच्या वस्तूंची संख्या व स्वरूप	मर्यादित वस्तूंचे मोठ्या प्रमाणावर उत्पादन केले जाते. एकाच वस्तूचे उत्पादन सातत्याने केले जाते.	वेगवेगळ्या वस्तूंचे कमी प्रमाणावर उत्पादन केले जाते. एकाच वस्तूचे उत्पादन नियमितपणे केले जात नाही.

(क्रमशः)

क्र.	मुद्दे	अखंडित उत्पादन पद्धती	खंडित उत्पादन पद्धती
2.	यंत्ररचना	यंत्राची रचना वस्तूनुसार केली जाते. प्रत्येक वस्तूकरिता लागणारी यंत्रे एका रेषेत ठेवली जातात.	यंत्राची रचना उत्पादन प्रक्रियेनुसार केली जाते. यंत्रांची मांडणी प्रक्रियेनुसार केली जाते.
3.	उत्पादन क्षमतेचा उपयोग	कारखान्याच्या उत्पादन क्षमतेचा संतुलित उपयोग केला जातो.	काही विभागात अधिक काम तर काही विभागात कमी काम करावे लागते.
4.	यंत्राची निवड	अधिक उत्पादन देणाऱ्या किंवा क्षमता असणाऱ्या यंत्रांची निवड केली जाते.	कोणत्याही उत्पादन स्वरूपास उपयुक्त ठरतील अशा प्रकारची यंत्रे वापरली जातात. यंत्राची निवड करताना विशिष्ट वस्तूचाच विचार केला जात नाही.
5.	भांडवली खर्च	वस्तूंनुसार यंत्रे खरेदी केली जात असल्याने यंत्रसामग्रीत अधिक गुंतवणूक करावी लागते, परिणामी भांडवली खर्चात वाढ होते.	यंत्रसामग्री कमी लागत असल्याने पर्यायाने यंत्रसामग्रीत केलेल्या गुंतवणुकीचे प्रमाण कमी असते. भांडवली खर्चात बचत होते.
6.	यंत्राची देखभाल व दुरुस्ती	उत्पादन कार्य सतत चालू राहण्यासाठी यंत्राची देखभाल व दुरुस्ती हा स्वतंत्र विभाग निर्माण करावा लागतो.	या पद्धतीत यंत्राची दुरुस्ती व देखभाल आवश्यक असली तरी उत्पादन खंडित पद्धतीने होत असल्याने यावरील खर्च मर्यादित करता येतो.
7.	प्रशिक्षण खर्च	सतत एकाच प्रकारचे उत्पादन करावे लागत असल्यामुळे कामगारांना वारंवार प्रशिक्षण देण्याची आवश्यकता नसते.	उत्पादनात बदल असल्यामुळे कामगार कुशल व प्रशिक्षित असावे लागतात. त्यामुळे प्रत्येक उत्पादनाच्या वेळी त्यांना प्रशिक्षण द्यावे लागते.
8.	स्थान	या पद्धतीत कारखान्याचे स्थान बदलणे सहज शक्य होत नाही.	या पद्धतीत कारखान्याचे स्थान बदलणे सहज शक्य होते.

1.3 यंत्रकूल रचना

1.3.1 यंत्रसंचाची आखणी

यंत्रसंच व उपकरणे यांची तार्किकदृष्ट्या कार्यक्षमता व उत्पादन मिळविण्याच्या दृष्टीने योजना करावी लागते. जेव्हा यंत्रसंचाची नियोजितपणे आखणी होते तेव्हा मनुष्य, यंत्रसंच व साधनसामग्री यांचा सहयोग सहजपणे उपलब्ध होतो. न्यून परिव्यय व कमी वेळ यांच्या साहाय्याने साधनसामग्रीची हाताळणी केली जाते. यामुळे कामगारांची कार्यक्षमता वृद्धिंगत होण्यास मदत होते. चांगल्या यंत्रसंचाच्या आखणीने कामाचा ओघ सहजपणे व सतत उपलब्ध होतो. अशा तऱ्हेने यंत्रसंचाची आखणी म्हणजे यंत्रांची व उपकरणांची शास्त्रीयदृष्ट्या आखणी करून अभिकल्प व सारणी यांच्याप्रमाणे सुलभ वस्तुनिर्मिती केली जाते.

यंत्रसंच व्याख्या

- "यंत्रसंचाची आखणी म्हणजे निळी छपाई किंवा उत्पादन प्रक्रिया करण्यासाठी उपलब्ध करण्यात येणारा उत्पादन आराखड्याचा सहयोग होय." **– एलवुड बफ**
- "यंत्रसंचाचे स्थान निर्धारण, कारखान्यातील यंत्रांची सेवा कमीत कमी उत्पादन परिव्ययात दर्जेदार उत्पादन करणे शक्य होण्यासाठी यंत्रसंचाच्या आखणीचे तत्त्व उपयोगात आणले जाते."
- "कारखान्यातील जागेचे निर्धारण व उत्पादन उपकरणांची अशा रीतीने आखणी करण्यात येते की, न्यूनतम उत्पादन परिव्ययात जास्तीत जास्त उत्पादन घेतले जाईल." **– जेम्स एल. लुंडी**
- "कारखान्याच्या विभिन्न विभागात उत्पादन उपकरणे, यंत्रसंच आणि उत्पादन साधनसामग्री यांची उत्पादनात त्यांचा सहयोग व कार्यक्षमता उपलब्ध करण्यासाठी तार्किक व नियोजित आखणी केली जाते."

– राष्ट्रीय उत्पादन मंडळ

यंत्रसंचांच्या आखणीची तत्त्वे

1. मागे न वळता किंवा उलट गती न घेता उत्पादन कार्यासाठी कमी साधनसामग्री यांची विविध उत्पादन प्रक्रियांमधून वाटचाल होते.
2. कारखान्यात उपलब्ध असलेली उभी व आडवी जागा प्रभावीपणे उपयोगात आणली जाते.
3. कमीत कमी परिव्ययात ठरावीक लवचीक रक्कम कारखान्यातील उपयोगासाठी वापरतात.
4. उत्पादन कार्याची प्रगती प्रभावीपणे व्हावी म्हणून जागेची निवड काळजीपूर्वक व विचारपूर्वक केली जाते.
5. पुरेशी दाबलेली हवा, गॅस, पाणी व वीज यांची तरतूद विचारपूर्वक करतात.
6. प्रकाशयोजना, खेळती हवा आणि संरक्षण या दृष्टीने कामगाराची काम करण्याची जागा निवडली जाते.

यंत्रसंचांच्या आखणीची उद्दिष्टे

उत्पादन साधनसामग्रीचे भिन्न स्थितींतून संरक्षितदृष्ट्या रूपांतर व्हावे, नियोजित उद्दिष्टांची उत्पादन आखणीच्या दृष्टीने योग्य परिपूर्ती व्हावी या हेतूने उत्पादन व्यवस्था करतात.

(1) **सवलतींची तरतूद** : उत्पादन प्रक्रियांमध्ये प्राप्त साधनसामग्रीचा योग्य उपयोग व्हावा अशी तरतूद केली जाते.

(2) **यंत्रसंच आणि उपकरणे यांची आखणी** : यंत्रसंच व उत्पादनाची उपकरणे यांची प्रत्येक विभागातून उत्पादन साधनसामग्री कामगारांना सहज उपलब्ध व्हावी, अशी सवलत कामगारांना दिली जाते.

(3) **भांडारगृहात साधनसामग्रीच्या स्थलांतराची खात्री** : भांडारगृहात उत्पादित माल साठविण्याची सुलभ वृद्धी व्हावी तसेच प्रारंभिक व आनुषंगिक कार्यासाठी उत्पादन साधनसामग्रीचे सतत संग्रहण व भांडारगृहात केंद्रांवर तिचे योग्य मूल्यांकन व्हावे याची योजना करतात.

(4) **उत्पादन सामग्रीचे त्वरित प्रदान** : उत्पादनाच्या प्रत्येक विभागात उत्पादन करावयाच्या साधनसामग्रीचे त्वरित प्रदान व्हावे, यंत्रसंचांचे सुलभ मूल्यांकन व्हावे तसेच निरुपयोगी मालाची उत्पादन केंद्राबाहेर त्वरित रवानगी व्हावी यांची तरतूद केली जाते.

(5) पुरेशी भांडागार सवलत : क्रमवार उत्पादन कार्य व साधनसामग्रीची प्रक्रिया यादरम्यान साधनसामग्री भांडागारात साठवून ठेवण्याच्या दृष्टीने त्याची व्यवस्था करावी लागते.

(6) यंत्रसंच व विभाग यांची योग्य योजना : यंत्रसंचाचे गट व उत्पादन विभाग यांची गटानुसार योग्य व्यवस्था होण्याच्या दृष्टीने साधनसामग्रीचे स्थलांतर करण्यासाठी साधनसामग्री हाताळणे किंवा ती मागे राहणार नाही यांची काळजी घेणे उत्पादन कार्याच्या दृष्टीने हितावह असते.

(7) विलंब टाळणे : भांडागारगृहे व उपकरणे यांची संग्रहणगृहे, साधनसामग्रीची नोंद तसेच उपकरणे व साधनसामग्रीची हाताळणी यांस लागणारा विलंब टाळावा.

(8) त्वरित आवेष्टनाची व्यवस्था : उत्पादित माल त्वरित व सहज भांडागारगृहात हलविता येणे तसेच विपणनाच्या जागी विविध उत्पादन केंद्रांना उद्‌भवणाऱ्या अडचणीचे निराकरण व्हावे यासाठी उत्पादित मालाचे योग्य आवेष्टन होणे निकडीचे असते.

(9) कामगारांचे आरोग्य व संरक्षण इत्यादी सवलतींचा लाभ : यंत्रसंच, उपकरणे व योग्य व्यवस्था तसेच कामगारांचे आरोग्य व संरक्षण या दृष्टीने त्यांना सवलती उपलब्ध करून देणे आवश्यक असते.

1.3.2 यंत्रसंचाच्या आखणीवर परिणाम करणाऱ्या बाबी

(1) उत्पादन केंद्रे : विविध उत्पादन केंद्रे, कारखान्यांचे स्थान-निर्धारण या दोन बाबी यंत्रसंचाचे स्थान ठरवितात. तरीसुद्धा कारखान्यांचा आकार, त्यास उपलब्ध असणारी जागा, यंत्रसंचाचे आकारमान व वेगवेगळी यंत्रे यांवरून त्यांची आखणी केली जाते.

(2) व्यवस्थापन धोरण : सारखा उत्पादित माल, उत्पादनाचे प्रमाण, कारखाना विस्ताराच्या भावी योजना, उत्पादन घटकांचे एकत्रीकरण, साधनसामग्रीचे संग्रहण, यंत्रसंचाची स्थिती, कामगारांच्या सुविधा व उत्पादनावरील नियंत्रण या सर्वांचा विचार व्यवस्थापकीय धोरण करताना करावा लागतो.

(3) सतत प्रक्रिया उद्योग :

(अ) सतत प्रक्रिया उद्योग : कच्चा माल व साधनसामग्रीपासून तर वस्तूच्या उत्पादनाची मध्यावस्था व उत्पादित मालाची स्थिती मिळून सतत उद्योगाची प्रक्रिया बनते.

(ब) पृथक प्रक्रिया : या प्रक्रियेत प्रमुख मालाच्या उत्पादनानंतर करावयाच्या उत्पादनात गौण साधनसंपत्तीचे उत्पादन वा किरकोळ उत्पादनाचा विचार होतो.

(क) संयोगित उत्पादन : विविध उत्पादन साधनसामग्रीच्या एकत्रीकरणाने संयोग प्रक्रिया करून उत्पादन केले जाते.

(ड) प्रक्रियेचे अवलोकन : या पद्धतीत साधनसामग्रीची प्रक्रिया करून अंतिम उत्पादनाची प्रक्रिया केली जाते.

(4) मध्यावधी प्रक्रिया : प्रक्रिया विविध स्थितीत विभागली जाऊन शेवटी उत्पादित माल तयार करण्यासाठी विविध स्थितीचे एकत्रीकरण करतात.

(5) जुळवणी प्रक्रिया : कारखान्याच्या प्रमुख विभागात जुळवणीची प्रक्रिया करतात तसेच अंतिम उत्पादित मालाचे शिल्लक भाग विविध प्रक्रियांमधून एकत्रित केले जातात.

(6) उत्पादित मालाचा विक्रय : अंतिम उत्पादित मालाची स्थिती, उत्पादित मालाचे असंख्य एकक, कारखान्यातील उत्पादित मालाची योग्यता व असंख्य उत्पादित उप-एकक इत्यादी बाबींवरून एकूण किती यंत्रसंच उत्पादन केंद्रात वापरावे लागतील हे ठरवितात.

उत्पादनाच्या विविध प्रक्रिया व यंत्रसंच, पुरेशी जागा यांचा विचार यंत्रसंचाच्या आखणीत केला जातो.

1.3.3 चांगल्या यंत्रसंचाची आखणी ठरविणाऱ्या बाबी

खालील तत्त्वे व वैशिष्ट्ये चांगल्या यंत्रसंचाची आखणी ठरवितात.

(1) मित उत्पादन परिव्यय : उत्पादनाच्या सर्व प्रक्रियांचा उत्पादनाच्या आखणीत विचार होतो व त्यासाठी कमीत कमी उत्पादन परिव्यय येईल, असे उत्पादन धोरण ठरवितात.

(2) संपूर्ण उत्पादन : उत्पादनाच्या आखणीत बदलणारे हवामान, नुकसान, साधनसामग्रीचे चौर्य, अर्धउत्पादित मालाचा अपव्यय व खर्चाचा विचार अंतर्भूत असतो.

(3) पुरेशी जागा : कामगारांनी उत्पादन कार्य करताना करावयाची हालचाल, साधनसामग्री व इतर उपकरणांचे स्थलांतर करण्यासाठी कारखान्यात पुरेशी जागा असणे विहित असते.

(4) अवजड यंत्रसंच उचलण्याची व्यवस्था : अवजड यंत्रे व त्यांचे संच एका विभागातून दुसऱ्या विभागात स्थलांतरित करण्यासाठी उच्चालक यंत्राची कारखान्यात व्यवस्था असावी.

(5) उत्पादन विभाग व व्यवस्थापन विभाग यांचे स्थान असे असावे की त्यांच्या कार्यात कोणताही व्यत्यय येऊ नये.

(6) उपलब्ध जागेचा पुरेपूर उपयोग : बांधकाम केलेली संपूर्ण जागा उत्पादन कार्यासाठी उपयोगात आणावी. यासाठी जागा उपलब्ध करताना किती मोठा खर्च येतो, याचा विचार व्हावा.

(7) पुरेशी प्रकाशव्यवस्था : कारखान्याची चांगली आखणी केली असल्यास त्यात पुरेसा प्रकाश, खेळती हवा व निसर्गप्रकाश भरपूर असल्यास विजेचा फारसा खर्च येत नाही.

(8) कामगार गटांच्या हालचालीस जागा : कारखान्यात कामगारांच्या गटांना सांघिक उत्पादन कार्यास त्यांचा गट व्यवस्थित हालचाल करू शकेल एवढी जागा असणे विहित असते.

(9) मार्गाची जागा : कारखान्यांच्या जागेत यंत्रसंच हलविण्यास उपयुक्त असणारी मार्गाची जागा उपलब्ध असावी.

(10) इतर सवलती : कारखान्यातील विजेची व्यवस्था, यंत्रसंचाचे कार्य करणारे कातडी, धातूचे पट्टे, हलण्यासाठी पुरेशा जागा, पाण्याची व्यवस्था, तेले व अन्य टाकाऊ उपकरणांसाठी जागा असावी लागते.

(11) संरक्षण उपकरणे : अपघात व अग्नी यांपासून संरक्षण साधणारी उपकरणे यांसाठी कारखान्यात जागा असणे आवश्यक असते.

(12) कल्याण व मनोरंजन सवलती : मूत्रीघरे, कॅन्टिन, लॉकर्स व पार्किंग यांचीही व्यवस्था कारखान्यात असावी लागते.

(13) लवचीकता : कारखान्याची आखणी लवचीक असावी. छाप, उत्पादन कार्याच्या भावी अडचणी यांचा विचार कारखान्याच्या आखणीत होतो. कारखान्याचा विकास, जागेचा विस्तार इत्यादी संभवनीय बाबींचा कारखान्यांच्या आखणीत विचार होणे आवश्यक असते. सर्व उत्पादन विभाग शक्यतो एकाच इमारतीत असून माळ्यांची (फ्लोअर) मोकळी जागा उपयोगात आणावी.

1.3.4 कारखाना/उत्पादन आखणीचे विविध प्रकार

उत्पादनाची आखणी

या पद्धतीत यंत्रसंचाची अशा रीतीने आखणी करण्यात येते की, सोपविण्यात आलेल्या उत्पादन कार्याची निर्मिती ते व्यवस्थितरीत्या करू शकतील. दुसऱ्या शब्दांत सांगावयाचे म्हणजे उत्पादनाची आखणी याचा गर्भित अर्थ असा आहे की क्रमाने उत्पादन कार्याची अंमलबजावणी केली जावी आणि नंतर या उत्पादित वस्तू एकत्र करण्यात याव्यात. अशा पद्धतीने गरजेनुसार उत्पादन कार्य व्हावे. प्रत्यक्ष वा सरळ कार्याची अंमलबजावणी उत्पादन केंद्राच्या ठिकाणी सर्वसाधारणपणे कधीही आढळून येत नाही. तशा प्रकारच्या उद्योगधंद्यात असा प्रकार आढळत नाही. कुशल उत्पादन संघटनांमध्ये अशा प्रकारची आखणी लोकप्रिय बनते. जनसंपर्काच्या संघटनात असा प्रकार आढळतो. एकच माळा असलेल्या इमारतीच्या उद्योगधंद्यांत अशा प्रकारची आखणी संपूर्णपणे केलेली आढळते.

(1) उत्पादन आखणीचे लाभ :

(अ) इमारतीमध्ये असणाऱ्या माळ्यावरील मोकळ्या जागेचा उत्पादन साधनसामग्रीच्या हाताळणीसाठी पूर्णपणे उपयोग करण्यात येतो.

(ब) उत्पादन सामग्री जोराने ओढणे व इमारतीच्या अंतर्गत भागात तिचे स्थलांतर करणे कमी प्रमाणात व्हावेत.

(क) मद्यसेवनाची प्रवृत्ती पूर्णपणे टाळण्यात यावी.

(ड) उत्पादन सामग्रीचा तुटवडा होऊ नये, म्हणून उत्पादित मालाच्या प्रक्रियेनंतर त्याचे अवलोकन करण्यात यावे.

(इ) एकदा उत्पादन कार्यास सुरुवात झाल्यानंतर ते थांबविणे शक्य नसल्याने उत्पादन नियंत्रणाचा उपयोग करण्यात यावा.

(ई) उत्पादन सूचीप्रमाणे अनावश्यक कार्य रदबातल करण्यात यावे.

(2) उत्पादन आखणीपासून संभवणारे तोटे :

(अ) कमी करण्यात येणारी लवचीकता, उत्पादनातील बदल यासाठी उत्पादन कार्याची संपूर्णपणे आखणी करणे आवश्यक असते.

(ब) कोणतेही काम हाताळणे शक्य नसल्यास सोपविण्यात आलेले काम करणे संपूर्णपणे अवघड जाते.

(क) उपकरणाच्या साठ्यात करण्यात येणारी वाढ : यंत्रावर कोणतेही कार्य क्रमवार करावे लागते व ते पूर्णपणे कामात असल्याशिवाय उत्पादन कार्य संभवत नाही.

(ड) एका ठरावीक कार्यक्षमतेपलीकडे उत्पादनाचा विस्तार करणे अवघड असते. उत्पादन कार्याची आखणी केल्याने व त्याची कार्यरतता सुरू झाल्याने संभवत नाही.

(इ) पर्यवेक्षण कार्य करीत असताना विशेषीकरण साधण्याची संधी पूर्णपणे संभवत नाही. प्रत्यक्ष उत्पादन कार्य करताना हे शक्य होते.

(3) उत्पादन आखणी प्रक्रिया : एकसारख्या प्रकारची यंत्रे असणाऱ्या उत्पादन विभागात आखणीच्या प्रक्रियेची अंमलबजावणी करणे अवघड जाते. उदा., कातकाम यंत्रे असणाऱ्या विभागात विशिष्ट कातकामाची आखणी करावयाची झाल्यास संपूर्ण कामकाज विभाग त्यास जबाबदार असेल. दळण विभाग दळणाची आखणी करेल. याशिवाय त्या उत्पादन केंद्राच्या ठिकाणी विशिष्ट प्रक्रिया करणारा विशेषीकरण विभाग असल्यास त्यास तशा प्रकारच्या कार्याची प्रक्रिया करणे सुलभ ठरेल.

फायदे :

(अ) मोठी लवचीकता अशी संभवते की उत्पादन कार्यात करावयाचे बदल व ते कार्य क्रमवार करण्याची प्रक्रिया यांच्या आखणीत बदल करणे क्वचित संभवते.

(ब) सुलभ समायोजन करणे, एखादे उत्पादन कार्य वेगात सुरू असल्यास त्यांची जादा उपकरणे कार्यरत केल्यास शक्य होते.

(क) साधनांचा परिपूर्ण उपयोग करणे, त्या उपकरणांची किंमत कमी असल्यास त्यांची जादा खरेदी केल्याने शक्य होते.

(ड) कुशल कामगारांच्या कार्यशक्तीचा सदुपयोग विशेषीकरणाचे तत्त्व उत्पादन कार्यात वापरल्याने संभवनीय ठरते.

(इ) विशेषीकरण कार्यक्षमता सर्वसाधारणपणे निदेशकांच्या अंगी जाणवते.

स्वयंचलित हाताळणी तोटे :

(अ) साधनसामग्री स्वयंचलित हाताळणी करणे तसेच माळ्यांवरील संपूर्ण जागेचा उपयोग उत्पादन माल ठेवण्यासाठी करणे अवघड जाते.

(ब) अतिरिक्त साधनसामग्रीची हाताळणी उत्पादन कार्य सुरू असताना करणे संभवत नाही.

(क) एकाच प्रकारच्या व एकसारख्या मालाचे उत्पादन करण्यास विलंब लागतो.

(ड) उत्पादन कार्यावर नियंत्रण ठेवणे अवघड होते.

(इ) जादा कार्याची प्रगती साधणे उत्पादन आखणीच्या अभावी शक्य होत नाही.

(4) एकत्रित आखणी किंवा उत्पादन व उत्पादन प्रक्रिया यांचा संयोग साधणारी आखणी : उत्पादन आखणी व प्रक्रियेची आखणी यांची एकत्र आखणी केल्याने कारखान्यातील उत्पादन कार्यात संभवणारे दोष कमी करता येतात. भिन्न वस्तूंच्या उत्पादनाचा आदेश घेणे, विभिन्न उत्पादन प्रक्रियांची उत्पादनासाठी अंमलबजावणी करणे, त्यांच्या प्रक्रियांची पुनर्रचना करणे व कार्य उत्पादनाची एकत्र आखणी केल्याने सुलभ होते. अशा प्रकारची एकत्रित आखणी करणे अर्थातच अवघड कार्य आहे; परंतु ती केल्याने उत्पादकतेत वृद्धी करणे शक्य होते तसेच व्यवस्थापन कार्याची व त्यावरील नियंत्रणाची कार्यक्षमतेनुरूप अंमलबजावणी यांस सुलभता प्राप्त होते.

1.3.5 वस्तू किंवा रेखा (यंत्ररचना) यंत्रसंचाची आखणी

वस्तू किंवा रेखा यंत्ररचना : एखाद्या वस्तूच्या उत्पादन कार्यातील विविध प्रक्रिया किंवा क्रिया करण्यासाठी लागणारी यंत्रे ज्या क्रमाने वापरली जातील त्या क्रमाने एका ओळीत यंत्रांची रचना करणे म्हणजे वस्तू किंवा रेखा यंत्ररचना होय. सतत आणि एकाच प्रकारच्या वस्तूंचे मोठ्या प्रमाणावर उत्पादन करण्यासाठी अशा प्रकारच्या यंत्ररचनेचा उपयोग केला जातो. उदा., पेट्रोलिअम, कागद लगदा इत्यादी.

प्रमाणित वस्तूचे मोठ्या प्रमाणावर उत्पादन करणे हा रेखा उत्पादनाचा प्रमुख उद्देश असतो आणि त्यावरचा वस्तू यंत्ररचना आधारित असते. वस्तू यंत्ररचनेमुळे कच्च्या मालाचा प्रवाह नियमित आणि सुरळीत राहतो. कच्चा माल व श्रम यांची हानी कमी करून एक प्रकारे फायदाच होतो. तसेच यामुळे माल हाताळणीसुद्धा कमी होते. खर्च यंत्रवहन व्यवस्थेमुळे श्रमात बचत होते. अशा प्रकारे कमी खर्चात माल हाताळणी व वस्तू यंत्ररचनेचा प्राथमिक फायदा होतो.

प्रक्रियांच्या क्रमांचा विचार करून यंत्ररचना केली जात असल्यामुळे या यंत्ररचनेस 'क्रमवारी यंत्ररचना' असेसुद्धा म्हणतात. या रचनेमध्ये वेगवेगळ्या आकाराच्या यंत्ररचना केल्या जातात. काही विशिष्ट आकाराच्या यंत्ररचना प्रस्थापित व प्रचलित आहेत. साधारणतः L, S, U, Z अशा प्रकारच्या रचना अधिक प्रचलित आढळतात.

खालील आकृत्यांवरून वस्तू किंवा रेखा यंत्ररचनेचे स्वरूप अधिक स्पष्ट होईल.

आकृतीमध्ये 1, 'L' आकाराची रेखा यंत्ररचना :

कच्चा माल

यंत्र 1 पहिली प्रक्रिया

↓

यंत्र 2 दुसरी प्रक्रिया

↓

यंत्र 3 → यंत्र 4 → यंत्र 5 → यंत्र 6 → पक्का माल

तिसरी प्रक्रिया चौथी प्रक्रिया पाचवी प्रक्रिया सहावी प्रक्रिया

1.3.6 कार्यात्मक यंत्ररचना

प्रक्रिया किंवा कार्यात्मक यंत्ररचना : ''उत्पादनातील विशिष्ट किंवा एकाच प्रकारची प्रक्रिया पूर्ण करणारी एकाच प्रकारची सर्व यंत्रे एकाच विभागात (कार्यस्थळी) ठेवून त्या-त्या यंत्रांच्या विभागांची (कार्यस्थळांची) रचना करणे म्हणजे प्रक्रिया/कार्यात्मक यंत्ररचना होय.''

दुसऱ्या शब्दांत, ''एखाद्या विभागात यंत्रसंचात सारख्या तऱ्हेचे काम करणाऱ्या आणि एकाच प्रकारच्या यंत्रांची व्यवस्था करणे म्हणजे प्रक्रिया/कार्यात्मक यंत्ररचना होय.''

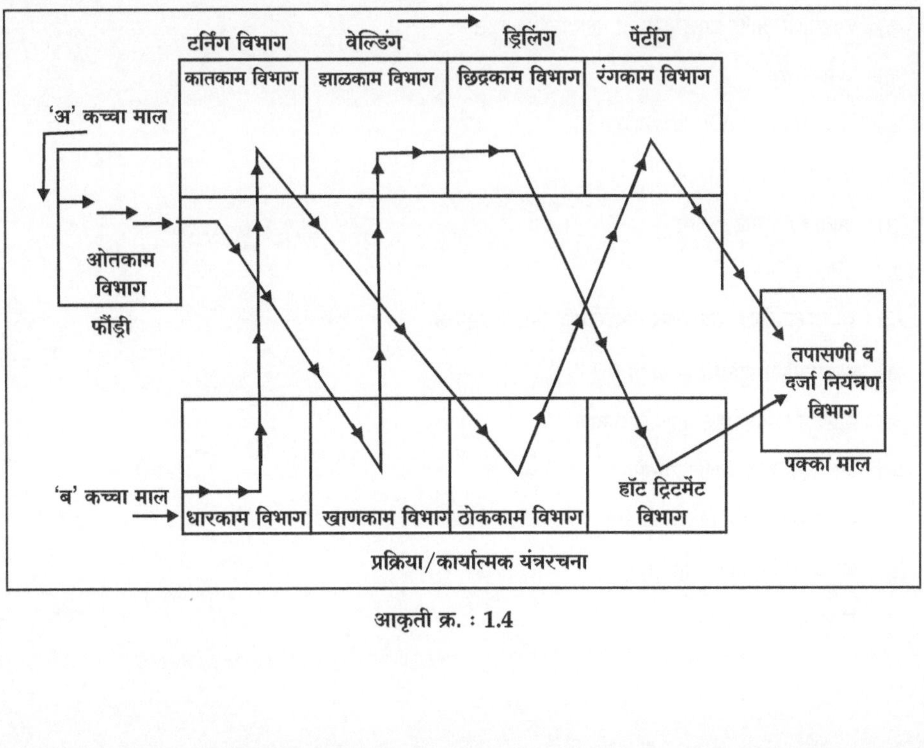

प्रक्रिया/कार्यात्मक यंत्ररचना

आकृती क्र. : 1.4

या प्रकारात एकाच प्रकारचे कार्य करणाऱ्या यंत्रांची एका ठिकाणी स्थापना केली जाते. यंत्रसंचाचे त्यांच्या कार्यानुसार वर्गीकरण केले जाते. उदा., झाळकाम विभागात सर्व झाळकाम करणारी यंत्रे एकत्रित केली जातात. ज्या ठिकाणी लहान प्रमाणावर आणि विविध प्रकारच्या वस्तूंची निर्मिती करावयाची असते त्या ठिकाणी अशा प्रकारची यंत्ररचना उपयोगी असते. उदा., यंत्र हत्यारे इत्यादी यंत्ररचनेत वेगवेगळ्या विभागात, वेगवेगळ्या वेळी व वेगवेगळ्या प्रक्रिया पूर्ण होऊन पक्का माल तयार होत असतो. उत्पादनाची संपूर्ण प्रक्रिया एका रेषेत असत नाही. विभागानुसार प्रक्रिया स्वतंत्र असतात.

1.4 पर्यावरण संरक्षण आणि सुरक्षा

पर्यावरण (E), आरोग्य (H) आणि सुरक्षा (S) या आद्याक्षरांवरून EHS असा शब्दप्रयोग बनला. ही एक अभ्यासशाखा आणि खास शाखा आहे. EHS पर्यावरण संरक्षण आणि सुरक्षा यांचा अभ्यास करते. सोप्या शब्दात सांगावयाचे झाले तर कोणालाच हानी होणार नाही याची संस्थेने घेतलेली खबरदारी म्हणजे EHS.

EHS ची मार्गदर्शक तत्त्वे प्रत्येक प्रकारच्या उद्योगाची वैशिष्ट्ये लक्षात घेऊन तयार केलेली असतात. त्याप्रमाणे बहुतांशी उद्योगांना लागू पडणारी सर्वसामान्य मार्गदर्शक तत्त्वे EHS तयार करते. EHS चे सर्वसामान्य प्रकार आणि उप-प्रकारांची उदाहरणे खालीलप्रमाणे –

(1) पर्यावरणीय :

(अ) वायुउत्सर्जन आणि सभोवतालच्या हवेची गुणवत्ता

(ब) ऊर्जा संवर्धन

(क) सांडपाणी आणि आजूबाजूच्या पाण्याची गुणवत्ता

(ड) जलसंवर्धन

(इ) धोकादायक सामग्री व्यवस्थापन

(ई) कचरा व्यवस्थापन

(उ) आवाज/गोंगाट/ध्वनी

(ऊ) दूषित जमीन

(2) व्यावसायिक स्वास्थ्य/आरोग्य आणि सुरक्षा

(अ) सर्वसामान्य सुविधा आखणी

(ब) संप्रेषण/संदेशवहन आणि प्रशिक्षण

(क) शारीरिक धोके आणि जोखीम

(ड) रासायनिक धोके आणि जोखीम

(इ) जैविक धोके आणि जोखीम

(ई) किरणोत्सारी जोखीम

(उ) वैयक्तिक सुरक्षा/संरक्षणात्मक साधने (झझए)

(ऊ) खास धोकादायक वातावरण

(ए) देखरेख.

स्वाध्याय

खालील प्रश्नांची सविस्तर उत्तरे लिहा.

1. उत्पादन व्यवस्थापनाची व्याख्या सांगून त्याचे महत्त्व विशद करा.
2. उत्पादन व्यवस्थापन म्हणजे काय ? व्यवस्थापनाची व्याप्ती स्पष्ट करा.
3. उत्पादन व्यवस्थापनाची व्याख्या द्या. उत्पादन व्यवस्थापनाचे स्वरूप आणि व्याप्ती स्पष्ट करा.
3. 'यंत्रसंचाची आखणी' याची व्याख्या लिहा. आखणीची तत्त्वे व उद्दिष्टे विशद करा.
4. 'यंत्रसंच' निश्चित करताना कोणते घटक लक्षात घ्यावयास हवेत ते स्पष्ट करा.

खालील प्रश्नांची थोडक्यात उत्तरे लिहा.

1. कारखाना आखणीचे विविध प्रकार विशद करा.
2. 'यंत्रसंचाची आखणी' याची व्याख्या लिहा. त्याची तत्त्वे व उद्दिष्टे विशद करा.
2. यंत्रसंचाच्या आखणीवर परिणाम करणाऱ्या बाबींचे विवेचन करा.
3. चांगल्या यंत्रसंचाची आखणी ठरविणाऱ्या बाबींचे विवेचन करा.

टीपा लिहा.

1. उत्पादन आखणी प्रक्रिया
2. कार्यात्मक यंत्ररचना
3. उत्पादन व्यवस्थापकाची कार्ये.

विद्यापीठाच्या मागील परीक्षेत आलेले प्रश्न

1. प्रक्रिया व्यवस्थापनाचे कार्ये टीप लिहा. **(एप्रिल 2015)**
2. उत्पादन प्रक्रियेची व्याख्या द्या. सतत उत्पादन पद्धतीचे घटक, फायदे व तोटे स्पष्ट करा. **(ऑक्टोबर 2015)**
3. सेवाप्रणालीतील आधुनिक प्रवाह टीप लिहा. **(ऑक्टोबर 2015)**
4. उत्पादन व प्रक्रिया व्यवस्थापन म्हणजे काय ? उत्पादन व्यवस्थापनाचे उद्दिष्टे आणि प्रक्रिया व्यवस्थापनाचे कार्य स्पष्ट करा. **(एप्रिल 2016)**
5. उत्पादन पद्धतीचे प्रकार टीप लिहा. **(एप्रिल 2016)**
6. यंत्रकुल रचनेची व्याख्या द्या. आदर्श यंत्रकुलाचे उद्देश व फायदे विशद करा. **(ऑक्टोबर 2016)**

7. खंडीत उत्पादन पद्धती टीप लिहा. **(ऑक्टोबर 2016)**
8. उत्पादन व्यवस्थापनाची व्याख्या द्या. उत्पादनाच्या विविध प्रकारांची चर्चा करा. **(एप्रिल 2017)**
9. यंत्रकुल रचनेची उद्देश टीप लिहा. **(ऑक्टोबर 2016, एप्रिल 2017)**
10. उत्पादन व्यवस्थापन संकल्पना स्पष्ट करा. मोठ्या प्रमाणावरील उत्पादन व सतत उत्पादन पद्धतीचे विश्लेषण करा. **(ऑक्टोबर 2017)**
11. यंत्रकुल रचनेचे मूलभूत तत्त्वे स्पष्ट करा. **(ऑक्टोबर 2015, 2017)**
12. उत्पादन व सेवा पद्धतीतील आधुनिक प्रवाह टीप लिहा. **(ऑक्टोबर 2017)**
13. 'प्रक्रिया व्यवस्थापन' म्हणजे काय ? उत्पादन व्यवस्थापनाची उद्दिष्टे आणि उत्पादन व्यवस्थापनातील आधुनिक प्रवाह स्पष्ट करा. **(ऑक्टोबर 2018)**

2
प्रकरण

पुरवठा साखळी व्यवस्थापन

(Supply Chain Management)

★ महत्त्वाचे मुद्दे ★

2.1 पुरवठा साखळी व्यवस्थापन : अर्थ आणि व्याख्या

- 2.1.1 पुरवठा साखळी व्यवस्थापनाची व्याप्ती
- 2.1.2 पुरवठा साखळी व्यवस्थापनातील घटक
- 2.1.3 पुरवठा साखळी व्यवस्थापन प्रक्रिया
- 2.1.4 पुरवठा साखळी व्यवस्थापनाची तंत्रे आणि साधने
- 2.1.5 कार्यमापन आणि अंमलबजावणी

2.2 पुरवठा साखळी व्यवस्थापनातील व्यवसायाच्या संधी

2.1 पुरवठा साखळी व्यवस्थापन : अर्थ आणि व्याख्या

1. पुरवठा साखळी व्यवस्थापन हा एका परिपूर्ण प्रणाली दृष्टिकोन आहे. याचा वापर कारखाना आणि गुदामे यांच्याकडून माहिती, सामग्री व सेवा इत्यादी घेऊन ती अंतिम ग्राहकापर्यंत पोहोचविण्यासाठी केला जातो.
2. पुरवठा साखळी व्यवस्थापनात उत्पादननिर्मिती आणि खरेदी, रूपांतरण आणि रसदीसंबंधीच्या सर्व व्यवस्थापन कार्यकृतींचा समावेश केला जातो.
3. पुरवठा साखळी व्यवस्थापन ही संज्ञा इ.स. 1982 मध्ये फेथ ऑलिव्हर ऑफ बूझ, ॲलन आणि हॅमिल्टन यांनी प्रथम प्रचलित केली आणि 1990 च्या दशकात तिचा सर्वांत मोठ्या प्रमाणात वापर सुरू झाला.
4. पुरवठा साखळी व्यवस्थापनात, पुरवठादार, मध्यस्थ, तृतीय पक्षीय सेवा पुरवठादार व ग्राहक यांसारख्या पुरवठा मार्गातील सहयोगी भागीदारांचा समावेश असतो.
5. अशा तऱ्हेने पुरवठा साखळी व्यवस्थापन संस्थेमधील पुरवठा व मागणी व्यवस्थापनाचे एकात्मीकरण करते.

ग्राहक → किरकोळ व्यापारी → वितरक → उत्पादक → पुरवठादार

आकृती क्र. 2.1 : पुरवठा साखळीचे अवलोकन

पुरवठा साखळी व्यवस्थापनाच्या व्याख्या

- "पुरवठा साखळी व्यवस्थापन हा विशिष्ट कंपनीच्या पुरवठा साखळीमधील विविध व्यावसायिक कार्यांचा केलेला पद्धतशीर व धोरणात्मक समन्वय आहे." **व्यवसाय लॉजिस्टिक पत्रक**
- "पुरवठा साखळी व्यवस्थापन हे महत्त्वाच्या व्यावसायिक प्रक्रियांचे एकात्मीकरण आहे. याद्वारे वस्तू, सेवा आणि माहिती पुरविणाऱ्या पुरवठादारांपासून ते अंतिम उपभोक्त्यांपर्यंतच्या रसद पुरवठा प्रक्रियांचे एकात्मीकरण केले जाते." **वैश्विक पुरवठा साखळी मंच, 1994**

पुरवठा साखळी व्यवस्थानातील मुद्दे

(1) सहकार्य (भागीदारी) :

(अ) यशस्वी पुरवठा साखळी व्यवस्थापनासाठी एकत्रित समस्या हाताळणी आणि भागीदारीची आवश्यकता असते.

(ब) यामध्ये एकत्रितपणे निर्णय घेणे, नियोजन करणे आणि कार्य करणे याचा समावेश असणे आवश्यक असते. अशा तऱ्हेच्या संबंधात खुल्या मनाने व प्रामाणिकपणे एकमेकांत संदेशवहन/संप्रेषण होणे आवश्यक असते. तसेच आदानप्रदान केलेल्या माहितीत मोठ्या प्रमाणावर पारदर्शकता असणे महत्त्वाचे असते.

(क) यासाठी प्रत्येकाचे विस्तृत मूल्यमापन केले जाणे आवश्यक असते.

(ड) पुरवठा साखळीमधील विविध भागीदार एकमेकांना पर्याप्त कामगिरीच्या खालच्या दर्जाची कामगिरी केल्याबद्दल आणि किंमतवाढ झाल्याबद्दल एकमेकांना दोष देत असतात. अशा तऱ्हेच्या भूमिगत/छुपी हाताळणी पद्धत हे साखळीचे नेहमी आढळणारे लक्षण आहे.

(इ) एकीकडे बाजारपेठेत कंपनी मौल्यवान संधी घालवित असते तर दुसरीकडे कंपनीमधील विविध खाती एकमेकांकडे बोटे दाखवून दोषारोपण करत असतात.

(2) संस्थेचे विस्तारीकरण/विस्तार :

(अ) विस्तारित संस्थेच्या व्यवस्थापनात पुरवठा साखळी व्यवस्थापनसुद्धा पुढच्या पातळीवर/टप्प्यावर पोहोचते. येथे पुरवठादाराचे ज्ञान आणि क्षमता, उत्पादन विभाग, व्यावसायिक बुद्धिमत्तेचे संकलन, उत्पादन प्रक्रियेत सुधारणा यासाठी लाभान्वित केले जाते.

(3) प्रतिसादात्मकता :

(अ) परिणामकारक पुरवठा साखळी व्यवस्थापनात त्या पुरवठा साखळीतील ग्राहक सेवापातळी आणि कार्यात्मक कार्यक्षमता या दोन्हींमध्ये एकाचवेळी सुधारणा आणणे आवश्यक असते.

(ब) अगदी प्राथमिक दर्जाच्या ग्राहक सेवेत मागणी दर प्रमाण सातत्याने उच्च राहणे, वेळेवर माल पोहोचविण्याचा दर/प्रमाण उच्च राहणे, ग्राहकाने परत केलेल्या मालाचा दर/प्रमाण अतिशय निम्न असणे या गोष्टींचा समावेश केला जातो.

(4) कॅश टू कॅश (C2C) रूपांतरण :

(अ) रोकड रूपांतरण सायकल (C2C) हे कंपनी आपल्या भांडवलाचे किती चांगल्या प्रकारे व्यवस्थापन करते याचे परिणामकारक व शक्तिशाली मापक आहे.

(ब) C2C हे एक संमिश्र मेट्रिक असून पुरवठा साखळीमध्ये सुधारणा घडवून आणणारे महत्त्वाचे मेट्रिक आहे.

(क) पुरवठा साखळी व्यवस्थापन कार्यकृतीमध्ये C2C हे मापक म्हणून काम करते. ते कंपनीच्या पुरवठा साखळीत एखादी प्रक्रिया आणावयाची का काढून टाकावयाची याचे मापन करून देते.

(ड) C2C मेट्रिक हे महत्त्वाचे मापक असून ते पुरवठादारांबरोबर उत्पादन कार्यकृतीद्वारे अंतर्गामी कार्यकृती आणते आणि ग्राहकांबरोबर/द्वारे बहिर्गामी लॉजिस्टिक आणि विक्री कार्यकृती आणते.

2.1.1 पुरवठा साखळी व्यवस्थापनाचा व्याप्ती

(1) मागणीवर प्रक्रिया करणे : जरी ही कार्यकृती एकूण खर्चात फारशी वाढ करणारी नसली तरी तिचे माल पुरवठा करण्यासाठी उपलब्ध असलेल्या वेळात (आघाडी वेळात) महत्त्वाचे योगदान असते म्हणूनच याला महत्त्व दिले जाते.

(2) वाहतूक : वाहतुकीचा संबंध पुढील घटकांशी येतो –

(अ) मालवाहतुकीसाठी स्वतः व्यवस्था करणे (जर कंपनी स्वतःच सामग्री गोळा करणार असेल तर तिलाच ही व्यवस्था करावी लागते.)

(ब) वाहतूकदारांची नेमणूक करणे (कंपनी जर बाहेरच्या संस्थेची सेवा वापरणार असेल तर–)

(क) मालवाहतूक नियोजन आणि त्या संबंधीची नित्यकर्मे.

(ड) सर्वांत सोईस्कर असा मालवाहतूक पर्याय निवडणे (रेल्वे, रस्ते, सागर अथवा हवाई).

(इ) सुयोग्य वेष्टणाची व्यवस्था करणे (खुली खोकी अथवा खास वेष्टण).

(ई) संबंधित कागदपत्रांची व्यवस्था करणे (सागरी मार्गाने माल येणार असेल तर हे महत्त्वाचे ठरते.)

(3) मालसाठा व्यवस्थापन :

(अ) मालाची मागणी आल्यापासून ते मालपुरवठा करेपर्यंतच्या मधल्या वेळात कंपनीला पर्याप्त उत्पादन सामग्रीचा (मालाचा) साठा ठेवावा लागतो.

(ब) मालसाठा व्यवस्थापनात पुढील घटकांच्या निर्णयांचा समावेश केला जातो –

(i) राखीव साठा

(ii) आघाडी वेळ

(iii) मालाचा पुनर्भरणा.

(4) माल साठवण : याचा संबंध माल साठवून ठेवण्यासाठीच्या जागेशी येतो. यामध्ये पुढील प्रकारांचा समावेश केला जातो.

(अ) योग्य स्थळाची निवड

(ब) जागेची आखणी

(क) रूपरेषा/आकृती मांडणी आणि आराखडा

(ड) सामग्री आवक, सामग्री देणे आणि सामग्री साठवण

(इ) सामग्री जतन करणे.

(5) माल हाताळणी : याचा संबंध माल साठवण ठिकाणावर (गुदामात) केल्या जाणाऱ्या हालचालींशी/कार्यकृतींशी असतो. यामध्ये पुढील बाबीसंबंधीच्या निर्णयांचा समावेश केला जातो.

(अ) मालप्रवाह विना अडथळा सुलभपणे चालू ठेवणे.

(ब) मालवाहतुकीसाठी वापरावयाच्या यंत्रसामग्रीची निवड करणे.

(क) मालवाहतुकीसाठी वापरल्या जाणाऱ्या यंत्रसामग्रीची देखभाल करणे.

(6) वेष्टांकन/मालबांधणी (पॅकिंग) : वेष्टांकनाचा संबंध माल वेष्टणाच्या रचनेशी येतो. हे वेष्टण मालाची मालवाहतुकीत नुकसान होऊ देणार नाही असे असावे लागते. तसेच माल हाताळणी व साठवणूक कार्यक्षमतेने करण्यासाठी सोईस्कर असावे लागते.

(7) मालताबा : मालताबा यांचा संबंध, माल योग्य वेळेला, योग्य संख्येत, योग्य ठिकाणी आणि योग्य किमतीत उपलब्ध होण्यासाठी पुरवठादार ठरविणे, नियोजन करणे आणि माल मागणी नोंदविणे याच्याशी येतो.

(8) उत्पादन वेळापत्रक :

(अ) उत्पादन वेळापत्रकांचा संबंध किती माल उत्पादन करावयाचा त्याच्या संख्यानिश्चितीशी येतो आणि यासाठी माल उत्पादन करण्याचे वेळापत्रक तयार केले जाते. हे करीत असताना मालाची सध्याची मागणी आणि अपेक्षित अंदाजे मागणी या दोन्ही गोष्टी विचारात घेतल्या जातात.

(ब) मात्र एकूण माल उत्पादन वेळापत्रकात, उत्पादन नियोजक करत असलेल्या दैनंदिन सविस्तर वेळापत्रकाचा समावेश केला जात नाही.

(9) माहितीप्रणाली :

(अ) पुरवठ्यासंबंधीच्या कार्यांची यशस्वीपणे अंमलबजावणी करण्यासाठी कार्यक्षम माहितीप्रणालीची आवश्यकता असते.

(ब) यासाठी ग्राहक स्थान, विक्रीचे प्रमाण/एकूण विक्री, मालसाठा पातळ्या, आघाडी वेळ इ. बाबतीतील परिपूर्ण माहिती व आकडेवारी व्यवस्थितपणे बाळगून ठेवणे आवश्यक असते.

2.1.2 पुरवठा साखळी व्यवस्थापनातील घटक

(1) सुविधा :

(अ) जेथे प्रत्यक्षात उत्पादन/माल साठविला जातो, मालाची जुळणी केली जाते अथवा त्याची जोडणी केली जाते अशी पुरवठा साखळीतील जागा.

(ब) माल उत्पादन जागा आणि माल साठवणूक करण्याची जागा/स्थान या दोन महत्त्वाच्या सुविधा आहेत.

(क) पुरवठा साखळीच्या कार्यावर/कामगिरीवर सुविधांचे स्थान, क्षमता आणि त्यांच्यातील लवचीकता यांचा महत्त्वाचा परिणाम होत असतो.

(2) मालसाठा :

(अ) यामध्ये सर्व कच्चा माल, प्रक्रियेतील माल आणि पुरवठा साखळीमधील तयार माल या सर्वांचा समावेश केला जातो.

(ब) माल साठवण धोरणात केलेले बदल पुरवठा साखळीच्या कार्यक्षमतेत आणि प्रतिसाद क्षमतेत नाट्यमय बदल घडवून आणू शकतात.

(3) वाहतूक :

(अ) यामध्ये पुरवठा साखळीतील एका स्थानापासून दुसऱ्या स्थानापर्यंत करावयाच्या मालसाठ्याच्या हालचालीचा/ वाहतुकीचा समावेश केला जातो.

(ब) ही वाहतूक अनेक वाहतूक साधने आणि मार्गाने केली जाते. यातील प्रत्येक साधन आणि मार्गाची स्वतःची अशी वैशिष्ट्ये आहेत.

(4) माहिती :

(अ) माहितीमध्ये आकडेवारी आणि विश्लेषणाचा समावेश केला जातो. ही माहिती व विश्लेषण सुविधा, मालसाठा, वाहतूक व्यवस्था खर्च, किमती आणि ग्राहक याबद्दलचे असते. या सर्व बाबींची माहिती पुरवठा साखळी कार्यरत ठेवणारा चालक म्हणून महत्त्वाची भूमिका बजावतात.

(ब) अशी ही परिपूर्ण माहिती व्यवस्थापनाला पुरवठा साखळी अधिक कार्यक्षम व प्रतिसादात्मक बनण्याची संधी प्राप्त करून देते.

(5) स्रोत निवड :

(अ) पुरवठा साखळीमधील उत्पादन, साठवणूक, वाहतूक, माहिती व्यवस्थापन यांपैकी कोणते कार्य कोण करेल याचा निर्णय ठरविणे यालाच 'स्रोत निवड' असे म्हणतात.

(ब) या धोरणात्मक पातळीवर घेतलेला हा निर्णय कोणती कामे कंपनी करेल व कोणती कामे कंपनी बाहेरून करवून घेईल या गोष्टी निश्चित करतो.

(क) स्रोतनिवडी संबंधीचा निर्णय पुरवठा साखळीची प्रतिसादात्मकता आणि कार्यक्षमतेवर परिणाम घडविते.

(6) किंमतनिश्चिती :

(अ) किंमतनिश्चिती यामध्ये पुरवठा साखळीद्वारे पुरविल्या जाणाऱ्या वस्तू आणि सेवा यांच्या किमती निश्चित करण्याचे काम केले जाते.

(ब) या किंमतनिश्चितीमुळे वस्तू आणि सेवा विकत घेणाऱ्या ग्राहकांच्या वर्तणुकीवर परिणाम घडविला जातो. यामुळे पुरवठा साखळीच्या कामगिरीवरसुद्धा परिणाम होतो.

(7) उत्पादन :

(अ) येथे उत्पादन याचा अर्थ पुरवठा साखळीची उत्पादन करण्याची आणि केलेले उत्पादन साठवून ठेवण्याची क्षमता असा केला जातो.

(ब) उत्पादन व साठवणुकीच्या सुविधा म्हणजेच कारखाना आणि गुदामे होय.

(8) पुरवठा : कंपनीला कच्च्या मालाचा पुरवठा करणाऱ्या पुरवठादारांची निवड अतिशय काळजीपूर्वक करावी लागते.

2.1.3 पुरवठा साखळी व्यवस्थापन प्रक्रिया

(1) **नियोजन :** अशी प्रक्रिया जी मागणी आणि पुरवठ्यात संतुलन घडविते. ही प्रक्रिया स्रोत निवड, उत्पादन आणि वितरणाच्या सर्व गरजा उत्तम प्रकारे पूर्ण करते.

(2) **स्रोत/स्रोत निवड :** अशी प्रक्रिया जी नियोजित अथवा प्रत्यक्षातील मागणी, स्थान आणि उत्पादन पूर्ण करण्यासाठी आवश्यक वस्तू/सामग्री व सेवांची खरेदी करते/संपादन करते.

(3) **उत्पादन :** अशी प्रक्रिया जी सामग्रीचे अंतिम उत्पादनात रूपांतरण घडवून आणते. याचा उद्देश नियोजित अथवा प्रत्यक्षातील मागणी, स्थान आणि पद्धती पूर्ण करणे असा असतो.

(4) **वितरण :** अशी प्रक्रिया जी नियोजित अथवा प्रत्यक्ष मागणीनुसार तयार माल व सेवा पुरविते. यामध्ये ऑर्डर व्यवस्थापन, वाहतूक व्यवस्थापन, वितरण व्यवस्थापन, मार्ग व सामग्री उपयोजन यांचा समावेश केला जातो.

(5) **परती :** अशी प्रक्रिया जी कोणत्याही कारणासाठी माल परत करणे, परत आलेला माल स्वीकारणे याच्याशी संबंधित असते. अशा प्रक्रिया पुढे वितरणपश्चात ग्राहक मदत अशा स्वरूपात विस्तारित केल्या जातात.

(6) **सक्षम :** सक्षम प्रक्रिया ही अशी प्रक्रिया आहे जी पुरवठा साखळीपासूनच्या कार्यकृतींच्या अंमलबजावणीला आधार देते.

नियोजन :
- गरजांनुसार स्रोतांचे संतुलन
- पुरवठा साखळी योजनेची व्यावसायिक वित्तीय योजनेबरोबर जोडणी

स्रोत :
- पुरवठादार ओळखणे.
- वितरण वेळापत्रक ठरविणे.
- सामग्री व्यवस्थापन करणे.

उत्पादन :
- उत्पादन वेळापत्रक बनविणे. उत्पादन तयार करणे.
- कामगिरी आणि गुणवत्तेचे मूल्यमापन करणे.
- प्रक्रियेत असलेल्या कामाचे व्यवस्थापन करणे.

वितरण :
- वाहतूकदार निवडणे.
- मालचढवणीचे मार्ग निश्चित करणे.
- गुदामांचे व्यवस्थापन करणे.
- ग्राहकांचे बीजक तयार करणे.

परती :
- मालपरती अधिकृत करणे.
- परतीचे वेळापत्रक करणे.
- परती मालाचे क्रेडिट जारी करणे.

2.1.4 पुरवठा साखळी व्यवस्थापनाची तंत्रे आणि साधने

पुरवठा साखळी व्यवस्थापन कौशल्याला अत्यंत महत्त्वाचे स्थान आहे. कोणत्याही व्यवसायसंस्थेच्या पुरवठा साखळी उपक्रमांच्या माध्यमातून स्पर्धात्मक आणि शाश्वत फायदा मिळवून ग्राहकांचे मूल्य वाढविण्यासाठी महत्त्वाचे आहे. आधुनिक व्यवसाय संस्थात्मक रचनामध्ये पुरवठा साखळी योजनांना विशिष्ट महत्त्व प्राप्त झाले असून व्यवसायातील महत्त्वपूर्ण घटक म्हणून ओळखला जातो.

मालसाठ्यावर नियंत्रण

↓

परिपूर्ण मागणीचा अंदाज

↓

मालसाठा गुणोत्तर

↓

रोखचक्र वेळ

↓

पुरवठा कालावधी

↓

थकबाकी दिवस

↓

ग्राहक मागणी पूर्तता

↓

अपेक्षित नफा

↓

वाहतूक खर्च बिलातील त्रुटी टाळणे.

(1) **मालसाठ्यावर नियंत्रण :** मालसाठा नियंत्रणावर मागणी अवलंबून असते. त्यामुळे प्रत्येक दिवशी मालसाठा असणारा साठा पाहणे गरजेचे असते. त्यामुळे आपणास मालसाठ्याची मागणी पूर्ण करता येते.

(2) **परिपूर्ण मागणी अंदाज :** बाजारातून आपणास आलेली मागणी व त्यांची केलेली पूर्तता म्हणजेच परिपूर्ण मागणी होय व ती पूर्ण करणे गरजेचे आहे.

(3) **मालसाठा गुणोत्तर :** मालसाठा गुणोत्तर म्हणजे मालाची केलेली पूर्तता व आपल्याकडे असलेला मालसाठा यावरून मालाचे गुणोत्तर काढले जाते.

(4) **रोखचक्र वेळ :** विक्रेत्याने माल पोच केल्यानंतर त्यास जी रोख स्वरूपात रक्कम मिळते ती प्रत्येक दिवशी मिळते की, तिमाही, सहामाही किंवा वार्षिक इ. गोष्टींचा विचार करणे गरजेचे असते.

(5) **पुरवठा कालावधी :** वितरकाने एखादी ऑर्डर घेतल्यानंतर ती किती दिवसात पूर्ण करावयाची आहे. इ. गोष्टी संस्थेच्या पावतीवर नमुद करणे गरजेचे असते.

(6) **थकबाकी दिवस :** वितरकाचा पुरवठा कालावधी पूर्ण केल्यानंतर व त्यास मिळणारी रोख रक्कम वजा जाता राहिलेली थकीत रक्कम कधी पूर्ण केली जाईल. इ. गोष्टीवर विचार केला जातो.

(7) **ग्राहक मागणी पूर्तता :** ग्राहकाने वस्तूची मागणी केल्यानंतर त्या मागणीची पूर्तता केली की, ग्राहक मागणीची पूर्तता झाली असे म्हणता येईल व त्या आधारावर ग्राहकांचे कंपनीविषयीचे असणारे मत जाणून घेणे त्याला ग्राहकाचे मागणी मापन असे म्हणता येईल.

(8) अपेक्षित नफा : वस्तूची विक्री केल्यानंतर असणारा अपेक्षित नफा काढला जातो त्यासाठी एकूण विक्री – एकूण केलेला खर्च = नफा काढला जातो.

(9) वाहतूक खर्च बिलातील त्रुटी टाळणे : ग्राहकांना वस्तू पोहोच केल्यानंतर त्या वस्तूच्या वाहतुकीसाठी येणारा खर्च काढला जातो. तसेच त्याचे बिल दिले जाते. परंतु त्या बिलात काही त्रुटी राहण्याची शक्यता असते त्या होऊ नयेत म्हणून काही बाबींची पूर्तता करावी लागते.

2.1.5 कार्यमापन आणि अंमलबजावणी

(1) ग्राहक मापन : बाजारपेठेतील सर्वांत महत्त्वांचा दुवा म्हणजे ग्राहक हा होय. ग्राहकांना व्यावसायिक देव मानतो कारण ग्राहकांवर संपूर्ण बाजारपेठ अवलंबून असते आणि तो समाधानी असेल तर बाजारपेठेचे मापन केले आहे हे योग्य झाले असे म्हणता येईल. ग्राहकांचे समाधान झाले नाही तर त्यांचे कोणत्या कारणामुळे समाधान झाले नाही यांचे कारण शोधून त्यांची पूर्तता करणे म्हणजे अंमलबजावणी करणे होय.

(2) पुरवठादाराचे मापन : ग्राहकांना वस्तूंचा पुरवठा करणारा म्हणजे पुरवठादार होय. ग्राहकांना वस्तू पुरविणारे पुरवठादार असतात व त्यांच्यावर ग्राहकांची गरज अवलंबून असते त्यांची पूर्ततादेखील त्यांच्याकडून केली जाते. तसेच ग्राहकांचा चांगला प्रतिसाद असेल तर पुरवठादार चांगल्या प्रकारे वस्तुपुरवठा करतो.

(3) किरकोळ व्यापारी मापन : किरकोळ व्यापाऱ्यांना मालपुरवठा करणारा पुरवठादार असतो व तो चांगल्या प्रकारे वस्तूचा पुरवठा करीत असेल तर किरकोळ व्यापारी समाधानी राहतो. तो समाधानी नसेल तर तो का समाधानी नाही यांची चौकशी करणे गरजेचे आहे व चौकशीची पूर्तता झाली पाहिजे.

(4) उत्पादक मापन : पुरवठादार वितरक, किरकोळ व्यापारी ग्राहक यांना वस्तूंचा पुरवठा करणारा उत्पादक हा असतो. उत्पादकावर अपूर्ण बाजारपेठ अवलंबून असते. म्हणून उत्पादकाला संपूर्ण बाजारपेठेचे ज्ञान असणे गरजेचे असते. उत्पादक कशा प्रकारच्या वस्तू बनवितो यावर ग्राहकांची गरज अवलंबून असते. उत्पादकाने बनविलेल्या वस्तू चांगल्या प्रकारची नसेल व त्याला मागणी चांगली नसेल तर त्यांचे मापन होणे गरजेचे आहे. मापन केल्यानंतर मापनामध्ये काही त्रुटी निदर्शनास आल्यानंतर त्यांची दुरुस्ती करून त्यांची अंमलबजावणी करणे गरजेचे आहे.

2.2 पुरवठा साखळी व्यवस्थापनातील व्यवसायाच्या संधी

पुरवठा साखळी व्यवस्थापनाच्या माध्यमातून अनेक महत्त्वाच्या व व्यावसायिक संधी उपलब्ध होतात. वाहतूक उद्योग हा एक आर्थिक वाढ व विकासाचा महत्त्वपूर्ण भाग आहे. मोठमोठ्या व्यवसायांमध्ये संपूर्ण वाहतूक व्यवस्था व पुरवठा यांची विभागीय साखळी असते तर छोट्या व्यवसायामध्ये एक व्यक्तीच याची जबाबदारी पार पाडते.

(1) खरेदी व्यवस्थापक : खरेदी प्रक्रियेमध्ये समाविष्ट असलेल्या सर्व घटक व स्तरांच्या योजना खरेदी व्यवस्थापक निर्देशित करतात. खरेदी प्रक्रिया राबविणे, खरेदी संदर्भात पुरवठादाराशी वेगवेगळे करार करणे, खरेदी व पुरवठा धोरण आखणे इत्यादी जबाबदारी खरेदी व्यवस्थापकाद्वारे पार पाडली जाते.

(2) मालसाठा विश्लेषक : मालसाठा विश्लेषक मालसाठाविषयी माहिती गोळा करणे किंवा संकलित करणे आणि संयोगित केलेल्या माहितीची देखभाल करतो. मालसाठा प्रक्रियेमध्ये सुधारणा करणे व बदल करणे त्यानुसार शिफारस करण्यासाठी पुरवठा साखळी प्रक्रियेचे विश्लेषण केले जाते.

(3) मालसाठा व्यवस्थापक : मालसाठा व्यवस्थापक हा खरेदी-विक्री त्याबाबतचा अंदाज वेगवेगळ्या योजना यामध्ये समन्वय साधतो. त्याचप्रमाणे मालसाठा प्रक्रियेमध्ये सहभागी असलेली यंत्रणा व कर्मचारी यामध्ये समन्वय व त्याचबरोबर त्याचे व्यवस्थापन करतो.

(4) प्रक्रिया व्यवस्थापक : व्यवसायसंस्थेच्या कामासाठी प्रक्रिया व्यवस्थापक हा जबाबदार असतो. वस्तूचे उत्पादन वस्तूची किंमत विक्री तिचे वितरण, वाटप या सर्व क्रियांना निर्देशित व त्यामध्ये समन्वय करण्याचे कार्य प्रक्रिया व्यवस्थापकाद्वारे पार पाडले जाते. खर्चावर नियंत्रण, प्रक्रिया विकास प्रामुख्याने प्रक्रिया व्यवस्थापकाला कामगिरी पार पाडावी लागते.

(5) उत्पादन, नियोजन व खर्च लिपिक : उत्पादन आराखड्यानुसार संस्थेच्या विविध विभागांमधील कार्य आणि साहित्याचा प्रवाह संयोजित आणि वेगवान करणे. विविध विभागांना उत्पादन वेळापत्रक आणि कामाच्या मागणीचे वितरण करणे. वितरणाची व्यवस्था करणे याचा समावेश यामध्ये केला जातो.

(6) खरेदी मध्यस्थ : उत्पादन कार्यासाठी आवश्यक असणारी उपकरणे, भाग, माल व सेवा खरेदी करणे, खरेदी आदेश तयार करणे, मागणी प्रस्ताव, पुरवठादार, विक्रेते आणि इतर प्रतिनिधींशी करार आणि तडजोड करणे ही खरेदी मध्यस्थीद्वारे जबाबदारी पार पाडली जाते.

(7) पुरवठा साखळी व्यवस्थापक : पुरवठा साखळी व्यवस्थापक हा विक्री, विपणन, वित्त, उत्पादन आणि गुणवत्ता हमी यांसारख्या इतर विभागांशी पुरवठा साखळीमध्ये समन्वय साधण्यासाठी कार्यपद्धती विकसित करतो.

(8) वितरण व्यवस्थापक : मालाचे वितरण व्यवस्थित व सुरळीत होण्यासाठी गुदाम सुरक्षा कार्यक्रम विकसित आणि अंमलात आणतो. त्याच पद्धतीने गुदाम कर्मचाऱ्यांची मुलाखत निवड, शिक्षण आणि पर्यवेक्षण यांचे व्यवस्थापक कार्य वितरण करतो.

स्वाध्याय

खालील प्रश्नांची सविस्तर उत्तरे लिहा.

1. पुरवठा साखळी व्यवस्थापन म्हणजे काय ? पुरवठा साखळी व्यवस्थापनाची व्याप्ती स्पष्ट करा.
2. पुरवठा साखळी व्यवस्थापनातील विविध घटक स्पष्ट करा.
3. पुरवठा साखळी व्यवस्थापनाची तंत्रे आणि साधने स्पष्ट करा.

खालील प्रश्नांची थोडक्यात उत्तरे लिहा.

1. पुरवठा साखळी व्यवस्थापन प्रक्रिया स्पष्ट करा.
2. पुरवठा साखळी व्यवस्थापनातील संधी स्पष्ट करा.

टीपा लिहा.

1. कार्यमापन आणि अंमलबजावणी
2. पुरवठा साखळी व्यवस्थापन.

3
प्रकरण

उत्पादन नियोजन आणि नियंत्रण

(Production Planning and Control)

✯ महत्त्वाचे मुद्दे ✯

3.1 उत्पादन नियोजन

3.1.1 उत्पादन नियोजनाची कार्ये

3.1.2 उत्पादन नियोजनाचे प्रकार

3.1.3 उत्पादन नियोजनाची उद्दिष्टे

3.1.4 उत्पादन नियोजनाची गरज व महत्त्व

3.1.5 उत्पादन नियोजनाचे घटक

3.2 उत्पादन नियंत्रण

3.2.1 उत्पादन नियंत्रणाची उद्दिष्टे

3.2.2 उत्पादन नियंत्रणाचे फायदे

3.2.3 उत्पादन नियंत्रणाचे महत्त्व

3.2.4 उत्पादन नियंत्रणाचे स्वरूप ठरविणारे/परिणाम करणारे विविध घटक

3.3 उत्पादन आराखडा

3.3.1 उत्पादन आराखडा : अर्थ, व्याख्या व घटक

3.3.2 उत्पादन आराखड्याची वैशिष्ट्ये

3.4 उत्पादन विकास

3.4.1 उत्पादन विकास : व्याख्या, गरज व घटक

3.4.2 उत्पादित वस्तू विकास प्रक्रियेतील टप्पे

3.4.3 उत्पादित वस्तूंच्या विकासाचे नियोजन

3.1 उत्पादन नियोजन

उत्पादन व्यवस्थापनात उत्पादन नियोजन हे अंतर्भूत आहे. वस्तू वा सेवांच्या निर्मितीतील व्यवस्थापकीय नियोजनाशी ही संकल्पना संबंधित आहे. उत्पादन नियोजनाची व्याख्या पुढीलप्रमाणे करता येते, "संयंत्रणांच्या प्रत्येक टप्प्याच्या साहाय्याने नियंत्रण ठेवण्यासाठी निर्मितीची योजना ठरविता येईल व त्या योजनेच्या अंमलबजावणीसाठी माहिती पुरविता येईल, संकलित करता येईल व नोंदविता येईल असे साधन म्हणजे उत्पादन नियोजन होय."

उत्पादन नियंत्रणाचा उत्पादन नियोजन हा आधार आहे. काय काम करायचे आहे आणि योजनेप्रमाणे त्या कामाच्या पूर्ततेस किती काळ लागणार आहे हे ठरविण्याची प्रक्रिया म्हणजे उत्पादन नियोजन होय.

उत्पादनासाठी किती माल लागेल, कोणती साधने लागतील, किती मनुष्यबळ लागेल हे उत्पादन नियोजनात जोखले जाते. प्रत्येक विभागाचा तपशीलवार कार्यक्रम, वेळापत्रक आणि अंदाजपत्रक तयार केले जाते. मालसाठ्याचा तपशील ठरविला जातो.

3.1.1 उत्पादन नियोजनाची कार्ये

1. उत्पादनाचा अंदाज तयार करणे.
2. मुख्य उत्पादन वेळापत्रक किंवा अंदाजपत्रकाची जोडणी करणे.
3. पुरवठा वेळापत्रक किंवा अंदाजपत्रकाची आखणी करणे.
4. विभागवार योजना वा अंदाजपत्रक तयार करणे.
5. मनुष्यबळाच्या गरजेचा अंदाज घेणे.
6. साठवणगृह प्रक्रिया व पद्धती निश्चित करणे.
7. मालसाठा नियंत्रण तंत्रे ठरविणे.
8. पर्यायी उत्पादन योजनेचा विकास करणे.

3.1.2 उत्पादन नियोजनाचे प्रकार

(1) प्रकल्प नियोजन : जिथे युनिट पद्धतीने उत्पादन होते तेथे प्रकल्प नियोजन पद्धतीची आवश्यकता असते. या उत्पादन पद्धतीत त्या विशिष्ट वस्तू वा सेवेचे एकदाच उत्पादन होणार असते. उदा., एखाद्या विशिष्ट रचनेचे यंत्र उत्पादन करणे.

(2) सातत्यपूर्ण उत्पादन नियोजन : विक्रीचा अंदाज घेऊन मोठ्या प्रमाणावर उत्पादन करण्याच्या पद्धतीस सातत्यपूर्ण उत्पादन पद्धत असे म्हणतात. मोठ्या प्रमाणावर उत्पादन करण्याच्या दृष्टीने संयंत्र मांडणी करावी लागते व आदेशानुसार मालपुरवठा होईल या दृष्टीने उत्पादनाचे नियोजन करावे लागते.

(3) गटवार उत्पादन नियोजन : जेव्हा गटागटाने वस्तूंचे उत्पादन केले जाते तेव्हा गटवार उत्पादन नियोजन करावे लागते. विशिष्ट वस्तूंच्या भागांचे उत्पादन अशा गटवार पद्धतीने केले जाते. रसायन उद्योग, यंत्रजोडणी उद्योग, कापड उद्योगात या प्रकारे उत्पादन होते.

3.1.3 उत्पादन नियोजनाची उद्दिष्टे

उत्पादन नियोजनाचे प्रमुख उद्दिष्ट म्हणजे उत्पादन सारणीनुसार संबंधित मालाची गुणवत्ता व परिमाण यांची प्रतवारी कायम राखणे हे होय. यासाठी उत्पादन विभागास उत्पादनाच्या भिन्न पद्धती प्रभावीपणे उपयोगात आणावयाच्या असतात. उत्पादन नियोजनाची उद्दिष्टे पुढीलप्रमाणे असतात :

(1) विविध उत्पादन प्रक्रिया व त्यांच्याशी संबंधित अन्य प्रक्रियांचे योग्य संघटन साधून रीतसर पद्धतींनी त्यांच्या कार्याचा समन्वय साधणे हे कार्यक्षम उत्पादन करण्याच्या दृष्टीने आवश्यक असते.

(2) खरेदी केलेल्या उत्पादन साधनांचा योग्य उपयोग करावयाचा झाल्यास, उत्पादन विभागास खरेदी केलेल्या मालाची किंमत लक्षात घेऊन वेळेनुसार उत्पादन कार्य करावयाचे झाल्यास त्यांचे योग्य एकत्रीकरण साधावे लागते. उत्पादन लक्ष्य साधण्याच्या मार्गात अनेक अडचणी असतात. उदा., कच्चा माल व कामगार वर्ग यांची उणीव, यंत्रपुरवठा व उपकरण साधने यांचा तुटवडा इत्यादी. यासाठी उत्पादन कार्य योग्य पद्धतींनी नियोजित सारणीनुसार व वेळेनुसार पार पाडावयाचे झाल्यास या सर्व बाबींचा समन्वय योग्य उत्पादनाची प्रतवारी देऊ शकतो.

(3) उत्पादन नियोजनात अर्थातच वास्तव नफा उपलब्ध करावयाचा झाल्यास त्याचे योग्य नियोजन करणे हितावह ठरते. योग्य प्रतवारीचे व गुणवत्ता असलेल्या वस्तूंचे उत्पादन सारणीनुसार नमूद केलेल्या वेळेतच करावयाचे असते.

(4) उत्पादित वस्तूस बाजारपेठ लाभणे, हे उत्पादन नियोजनाच्या उद्दिष्टांपैकी एक उद्दिष्ट आहे. उत्पादन कार्याचे योग्य नियंत्रण करून त्याप्रमाणे उत्पादित नवीन वस्तूंना उपभोक्त्यांच्या मागणीनुसार महत्त्व देऊन उत्पादन कार्य करावयाचे असते. हे कार्य अर्थातच मागणीप्रमाणे केल्यास उत्पादित वस्तूंना बाजारपेठेत महत्त्व येते व त्या वस्तूंची विक्री सहजपणे केली जाऊ शकते.

(5) उत्पादित वस्तूंचा प्रवाह सतत व नियमितपणे होणे ही प्रक्रिया उत्पादन नियोजनात अंतर्भूत आहे. या प्रक्रियेनुसार उत्पादन कार्याचा अवलंब करावयाचा झाल्यास संबंधित उपक्रमाच्या सर्व विभागांचे सहकार्य लाभणे महत्त्वाचे असते.

(6) उत्पादन नियोजनाच्या अन्य उद्दिष्टांत पर्यायी वस्तूंच्या उत्पादनाचा अवलंब आणीबाणीच्या काळात करणे, कच्च्या मालाची तपासणी करून तो उत्पादनास अनुकूल आहे याची खात्री करून घेणे, उत्पादन कार्यासाठी उपयुक्त साधनांची योग्य किमतीने खरेदी करणे तसेच आवक मालाची निगा राखून इच्छेनुरूप उत्पादित मालाची रवानगी करणे, उत्पादन कार्यास आवश्यक सवलती, उत्पादन क्षेत्राच्या जागी कमी किमतीने उपलब्ध करणे इत्यादी अन्य कार्ये त्यास महत्त्व देऊन उत्पादन व्यवस्थापकाने पार पाडावयाची असतात.

3.1.4 उत्पादन नियोजनाची गरज व महत्त्व

उत्पादन नियोजन हे आधुनिक जगात महत्त्वाचे तत्त्व गणले जाते. कारण कोणत्याही उपक्रमाच्या वाढीचे गमक प्रामुख्याने नियोजनावर विसंबून असते.

कून्ट्झ आणि ओ डोनेल यांनी नियोजनास एवढे महत्त्व दिले आहे की जलवाहतुकीशी नियोजनाचा संबंध जोडला जाऊ शकतो, अशी उत्पादनाची भूमिका स्पष्ट करताना नियोजनाचा निर्देश केलेला आहे. खलाशी योजना तयार करतो व एखाद्या ध्येयाप्रमाणे त्याचा जलप्रवाहामागे प्रवास सुरू होतो. परंतु त्याचे कार्य अनादी कालापासून पूर्ण झालेले नाही.

तद्वतच ध्येयप्राप्तीसाठी कार्यरत असल्याप्रमाणे तो नेहमीप्रमाणे ठराविक ठिकाणी पोहोचतो, एखाद्या चुकीप्रमाणे त्याची योजना सुधारतो अथवा त्याची असामान्य स्थिती असे प्रकट करते की त्याच्या कार्याचा प्रवाह एखादे शुभ वर्तमान कथन करण्याऐवजी कुठले तरी टोक गाठेल.

उत्पादन नियोजनाचे महत्त्व

(1) **दर्जेदार व योग्य सेवांचा पुरवठा :** उत्पादन नियोजनामुळे वेळेची मोठ्या प्रमाणावर बचत होते. उत्पादन प्रक्रिया व्यवस्थितपणे पार पाडली जाते. त्यामुळे ग्राहकांना कमी वेळेत वस्तूंचा पुरवठा करणे सहज शक्य होते. त्याचप्रमाणे चांगल्या व दर्जेदार गुणवत्तेच्या वस्तूदेखील प्रदान केल्या जातात. योग्य वेळेत चांगल्या व दर्जेदार स्वरूपाच्या वस्तू ग्राहकांना पुरविण्याच्या हेतूने उत्पादन नियोजन हे व्यवसायसंस्थेला फायदेशीर ठरते.

(2) **कच्च्या मालावर/त्याच्या पुरवठ्यावर नियंत्रण :** उत्पादन नियोजनामुळे व्यवसायसंस्थेला कच्च्या मालावर नियंत्रण ठेवण्यास मदत होते. त्यामुळे कच्च्या मालाची गरज आणि खरेदी यांमध्ये समन्वय साधता येतो. परिणामतः कच्च्या मालामध्ये व्यवसायसंस्थेची योग्य गुंतवणूक होण्यास अधिभांडवलीकरण टाळण्यास मदत होते.

(3) **संसाधनांचा पर्याप्त वापर :** उत्पादन नियोजनामुळे व्यवसाय व्यवस्थापनाला योग्य माहितीचा पुरवठा होतो. उत्पादनाची स्थिती, उत्पादनाला असणारी मागणी तसेच भविष्यामध्ये उत्पादन आणि मागणीची स्थिती काय असेल याचा अंदाज घेतला जातो. त्यामुळे व्यवसायसंस्था उत्पादनाशी संबंधित असणाऱ्या अन्य स्रोतांचा व साधनांचा पर्याप्त वापर करते.

(4) **वेळ व भांडवलाची बचत :** उत्पादन नियोजनामुळे उत्पादन प्रक्रिया परिणामकारक पार पाडली जाते. भविष्यातील गोष्टींची किंवा व्यवसायसंस्थेतील चढ-उतारांची योग्य माहिती व्यवस्थापनाला प्राप्त होते. त्याचप्रमाणे कच्च्या मालाच्या पुरवठ्यावर योग्य नियंत्रण मिळविता येते. कच्चा माल योग्य वेळेत उपलब्ध करून दिला जातो. त्यामुळे उत्पादन प्रक्रियेत खंड निर्माण होत नाही. परिणामतः कामकाज करण्यासाठी लागणाऱ्या वेळेमध्ये बचत होते.

(5) **स्पर्धात्मक फायदा :** उत्पादन नियोजनामुळे वेळ व भांडवलाची मोठ्या प्रमाणावर बचत होते. ग्राहकांना योग्य व चांगल्या दर्जाच्या वस्तूंचा योग्य वेळेवर पुरवठा केला जातो. कोणत्या वस्तूंचे उत्पादन करावे ? त्याचा दर्जा, गुणवत्ता, स्वरूप, वैशिष्ट्य, किंमत इत्यादींचा समावेश उत्पादन नियोजनामध्ये केला जातो. त्यामुळे व्यवसायसंस्थेला स्पर्धात्मक फायदा मिळविण्यास मदत होते.

(6) **नावलौकिकामध्ये वाढ :** उत्पादन नियोजन करत असताना प्रामुख्याने ग्राहकांच्या दृष्टीने विचार केला जातो. योग्य वेळेत, योग्य किमतीने व चांगल्या दर्जाची वस्तू मिळणे ही अपेक्षा ग्राहकांची असते. उत्पादित वस्तूंच्या माध्यमातून ग्राहक जर समाधानी झाला तर विक्रीमध्ये वाढ होते. नफ्यामध्ये वाढ होते. परिणामतः व्यवसायसंस्थेच्या नावलौकिकात भर पडण्यास मदत होते.

उत्पादन नियोजन व नियंत्रणापासून संभवणारे महत्त्व/लाभ

(1) **उत्पादकास लाभ :** (अ) उत्पादनात वाढ, (ब) उत्पादन परिव्ययातील न्यूनता, (क) एकरूप व उच्च गुणवत्तेच्या वस्तूंची निर्मिती, (ड) उत्पादकाच्या स्पर्धक कार्यक्षमतेत वृद्धी

(2) ग्राहकास लाभ : (अ) उच्च गुणवत्तेच्या वस्तूंचा किमान किमतीत पुरवठा, (ब) पुरवठ्यातील नियमितता, (क) उच्च गुणवत्तेच्या वस्तूंच्या खरेदीत समाधान आणि राहणीमानात सुधारणा.

(3) कामगारांना लाभ : (अ) कामगारांना चांगली मजुरी व चांगला मोबदला, (ब) रोजगारात स्थैर्य, (क) कामगारांच्या कामात व मिळकतीत सुरक्षितता, (ड) कामाच्या समाधानात वृद्धी

(4) मालक संशोधक व भांडवल संशोधक यांना लाभ : विनिमयात स्थिरता, भांडवल खर्चापासून चांगला मोबदला, उत्पादनात स्थिरता व जादा नफा.

(5) देशास लाभ : (अ) आर्थिक मिळकतीत वृद्धी, (ब) राष्ट्रीय उत्पादनात वृद्धी, (क) समाजातील जनतेच्या राहणीमानात स्थैर्य.

याव्यतिरिक्त उत्पादन नियोजन व नियंत्रणाचे अन्य हेतू असतात ते खालीलप्रमाणे -

(1) भारतीय विकसित अर्थव्यवस्थेस उत्पादन नियोजन व नियंत्रणाची गरज आहे. नियोजनामागील मुख्य उद्देश म्हणजे न्यून उत्पादन परिव्ययात उत्पादनवाढ करणे तसेच अपव्ययात घट करणे. यशस्वी उत्पादन नियोजन व नियंत्रण नैसर्गिक साधनसंपत्तीचा महत्तम उपयोग करून देशाचा महत्तम विकास साधण्याचा प्रयत्न करते.

(2) फ्रँकलिन जी. मूर उत्पादन नियोजन व नियंत्रणाबाबत असे वर्णन करतात की, ते कारखान्यात निराशाजनक पद्धतींचा अवलंब करते. त्यांच्या मते, ते संयंत्राच्या सहयोगाची सेवा देते. उदा., मानवी संघटनातील निराशाजनक पद्धती यंत्र कामगिरीचे ते नियमन व नियंत्रण करते. उदा., मेंदू शरीराच्या हालचालींचे व मानवाच्या इतर कार्यांचे नियमन करतो.

(3) असे गृहीत धरण्यात येते की, उत्पादन नियोजन व नियंत्रण जरी लक्ष्य गाठण्यास तांत्रिकदृष्ट्या कार्यक्षम नसले, तरीसुद्धा ते उपलब्ध साधनसंपत्तीचा सम्यक उपयोग करून विपणीचे नियंत्रण साधण्यास समर्थ ठरते.

उत्पादन नियोजन व नियंत्रणातील विविध अडचणी/समस्या

देशात सद्य:स्थितीत उपलब्ध असलेल्या विकासाच्या पद्धतीमधील अडचणींमुळे उत्पादन नियोजन व नियंत्रणाची पद्धत अस्तित्वात येते. उत्पादन नियोजन व नियंत्रणातील विविध अडचणी खालीलप्रमाणे विशद करता येतील.

(1) संसाधनांचा योग्य वापर : अन्य अभियांत्रिकी क्षेत्रातील उपलब्ध असलेल्या कमी उत्पादन क्षमतेमुळे उद्योगधंद्यांत उत्पादन नियोजन व नियंत्रण क्रिया राबविली जाते. येथील उद्योगाचे मुख्य उद्दिष्ट उत्पादन क्रियेस वेग धारण करणे हे होते. अनेक अर्थशास्त्रज्ञांचे असे मत होते की, उत्पादन क्रियेचा वेगाने झालेल्या विकासामुळे देशातील उद्योगास देशाबाहेरदेखील योग्य बाजारपेठ लाभू शकते. परंतु देशातील उत्पादनसंस्थांची अशी वस्तुस्थिती नाही की त्या उत्पादन क्रियेचे लक्ष्य गाठू शकतील. देशातील कच्च्या मालाचा नैसर्गिक साधनसंपत्तीच्या रूपात योग्य वापर करण्याची उत्पादन पद्धती त्या उत्पादनसंस्थांत उपलब्ध नाही. उत्पादनसंस्थेस केवळ पुरेशी नैसर्गिक साधनसंपत्ती व मनुष्यबळ उपलब्ध होऊन त्या त्यांचा योग्य वापर करू शकतीलच अशी वस्तुस्थिती नाही. त्यासाठी उत्पादनसंस्थांना उत्पादनाचे योग्य नियोजन व नियंत्रण करण्याची गरज असते.

(2) सातत्यता : असे गृहीत धरण्यात व मानण्यात आले होते की, उत्पादन नियोजन व नियंत्रण ही व्यवसायाची मध्यस्थ प्रक्रिया आहे. आता यामागील मुख्य कारण असे की सतत चालू असणारा प्रक्रिया उद्योग जर बंद प्रवाहाप्रमाणे

कार्यरत नसेल आणि कच्चा मालदेखील कारखान्याच्या एखाद्या कोपऱ्यात ठेवावा लागत असेल, मग कारखानादेखील नियमितपणे रीतसर पद्धतीप्रमाणे कार्यरत नसता, त्याची कार्यप्रणाली बंद असल्याचे सिद्ध होते. परंतु संक्रमण काळात मध्यस्थाची प्रक्रिया बजावणारा एखादा उद्योग जर विशिष्ट उत्पादनात कार्यरत असेल व ग्राहकांच्या इच्छेनुरूप त्या उद्योगात वस्तुनिर्मिती होत असेल तर तेथे अशा आदेशाची क्वचितच पुनरावृत्ती होण्याची शक्यता असते, ही वस्तुस्थिती जरा वेगळ्या स्वरूपाची आहे. येथे कारखान्याचा प्रत्येक विभाग एखाद्या धोरणाचा अंगीकार करण्याप्रमाणे नवीन वस्तूंची निर्मिती करण्यात गुंतलेला असतो आणि मग एखाद्या कार्याची अंमलबजावणी करण्यास विलंब का लागतो हे कळण्यास मार्ग नसतो आणि तशीच स्थिती सतत कार्यरत असणाऱ्या उद्योगाची असते. अशा उद्योगातील विभाग सहजपणे एखाद्या यंत्राचे भाग कार्यरत नसल्यासारखा कार्यरत नसतो. पण परिस्थितीनुसार एखाद्या वस्तूची मागणी आल्यास किंवा तत्सम एखादा प्रसंग उद्भवल्यास त्यास काहीतरी हालचाल करणे भाग पडते. अशा रीतीने एखाद्या अपूर्ण बाबीप्रमाणे हे स्पष्ट आहे की, जर एखाद्या कार्याचे निरीक्षण होत नसेल तर जमलेल्या एखाद्या गर्दीच्या स्थितीप्रमाणे त्या कारखान्याची स्थिती असे उघडकीस आणेल की, तेथे कामाचे योग्य वाटप होत नाही. याचा परिणाम असा होईल की तेथील एखाद्या वस्तूचे वाटप करावयाचे झाल्यास ती वस्तू उपलब्ध नसल्याचा अनुभव येईल.

3.1.5 उत्पादन नियोजनाचे घटक

उत्पादन नियोजन संकल्पनेत प्रमाण, समय व पद्धत या तीन घटकांचा विचार केला जातो. त्यामुळे प्रमाण नियोजन, समय नियोजन आणि पद्धत नियोजन अशी उत्पादन नियोजनाची तीन प्रमुख अंगे मानली जातात. या तिन्ही अंगांचा थोडक्यात तपशील पुढीलप्रमाणे –

(1) प्रमाण नियोजन : श्री. के. डी. जोशी यांनी प्रमाण नियोजनाचे महत्त्व पुढीलप्रमाणे सांगितले आहे. उत्पादनात एका ठरावीक मर्यादेपर्यंतच बदल घडवून आणता येतो. कोठी विभागाच्या माल साठविण्याच्या क्षमतेनुसार मालाच्या पातळीत बदल करण्यात येतात. विक्रीचे प्रमाण ठरल्यानंतर ताबडतोब उत्पादन प्रमाण आणि मालसाठ्याची पातळी यात योग्य संबंध स्थापणे शक्य होते. त्यात योग्य समतोल साधण्यासाठी 'प्रमाण नियोजनाची' आवश्यकता भासते. प्रमाण नियोजनाची व्याख्या पुढीलप्रमाणे केली जाते.

व्याख्या

- ''उत्पादन क्षमता, मालसाठ्याची पातळी आणि काही विशिष्ट काळापर्यंतचा विक्रीदर यामध्ये मूलभूत संबंध प्रस्थापित करणे म्हणजे प्रमाण नियोजन होय.''

प्रमाण नियोजनात प्रस्थापित संबंध, मागणीच्या प्रवृत्तीचे पृथक्करण, विक्रय अनुमान, वेतन हमी, भूतकालीन निष्पादन वगैरे घटकांचा विचार करून प्रमाण नियोजन केले जाते. त्यामुळे हे सर्व प्रमाण नियोजनातील महत्त्वाचे घटक ठरतात.

प्रमाण नियोजनाचे महत्त्व

1. प्रमाण नियोजन योग्य प्रकारे केल्यास विक्रय अनुमानातील अनिश्चितता दूर करता येते.
2. प्रमाण नियोजनामुळे मागणीची पातळी आणि त्यात होणारे बदल यांचा अंदाज घेऊन विक्रय अनुमानाला बळकटी देता येते.

3. प्रमाण नियोजनामुळे उत्पादन प्रमाण आणि मालसाठ्याची पातळी यात समन्वय साधता येतो.
4. विक्रय अनुमान बदलल्यास अन्य बाबींमध्ये बदल घडविणे कसे शक्य होईल याचा अंदाजही प्रमाण नियोजनामुळे घेता येतो.

(2) समय नियोजन किंवा काल नियोजन : समय नियोजनालाच 'काल नियोजन' असेही म्हणतात. कार्यपूर्तीसाठी उत्पादन यंत्रणेकडे वेळ उपलब्ध असणे आवश्यक असते, त्यासाठीच 'समय नियोजन' केले जाते. प्रक्रियांसाठी लागणारा कालावधी व उत्पादन वेळापत्रक यांचा मेळ घालून समय नियोजन केले जाते. उघड आहे की, त्यासाठी उत्पादन प्रक्रिया आणि प्रत्येक प्रक्रियेसाठी लागणारा कालावधी यांची तपशीलवार माहिती गोळा करून विचारात घ्यावी लागते. अनेकदा व्यवहारात अडचणी उभ्या राहतात. या संभाव्य अडचणींचा अंदाज घेऊनच काल नियोजन करावे लागते. समय नियोजनासाठी पुढील मुद्दे विचारात घ्यावे लागतात.

1. यंत्राधारित उत्पादन असेल तर प्रत्येक यंत्राची क्षमता व उत्पादन वेग विचारात घ्यावा लागतो.
2. उत्पादित मालाच्या प्रत्येक परिमाणासाठी (युनिट) किती प्रक्रिया कराव्या लागतात व त्या प्रक्रियांना लागणारा कालावधी विचारात घ्यावा लागतो.
3. प्रत्येक प्रक्रियेच्या प्रारंभी करावी लागणारी तयारी व तिचा वेळ आणि प्रक्रियोत्तर कालावधी यांचीही गणती करावी लागते.
4. प्रक्रियांची साखळी लहान करणे शक्य असल्यास एकत्रित प्रक्रियांचा कालावधी लक्षात घ्यावा लागतो.

या पद्धतीने समय नियोजन करणे शक्य होते. प्रक्रिया, क्षमता व उत्पादन काळ या तीन घटकांच्या आधारावर समय नियोजन उभे राहते.

(3) पद्धत नियोजन : उत्पादनाची एक पद्धती किंवा प्रक्रिया असते. जेव्हा ग्राहकाच्या आदेशानुसार उत्पादन होत असते तेव्हा प्रक्रिया आदेशानुसार बदलत असतात. उदा., फर्निचरच्या कारखान्यात आदेशानुसार प्रक्रिया बदलतात. अशा वेळी त्या प्रक्रियांनुसार उत्पादनाचे नियोजन करावे लागते. अशा स्वरूपाच्या व्यवसायात अनेक ग्राहक विविध प्रकारे आदेश नोंदवित असल्याने ऐनवेळी येणाऱ्या आदेशांचा अंदाज करून नियोजन करावे लागते.

3.2 उत्पादन नियंत्रण

फायोल यांच्या मतानुसार एखाद्या योजनेचा अंगीकार केला असता तिच्या निश्चितीनुरूप प्रत्येक बाब घडते व तिची तत्त्वे प्रस्थापित केली जातात वा नाही, याचा पडताळा नियोजन घेते. तिच्या ध्येयानुसार नियंत्रणाची अंमलबजावणी होते वा नाही, याउलट तिच्यात काही उणिवा वा चुका घडतात काय, याचा तिच्यावरील असलेल्या नियंत्रणाने बोध होतो. तसे काही आढळून आल्यास त्यांची पुनरावृत्ती होऊ नये वा झाल्यास त्यात काही सुधारणा व्हावी, हा नियंत्रणाचा उद्देश असतो. त्यानुसार प्रत्येक बाबीचे कार्यपालन करावयाचे असते. उदा., सामग्री, उपकरणे, माणसे, त्यांची कार्ये इत्यादी. नियंत्रण करावयाचे झाल्यास किंवा त्याचे कार्य प्रभावी होण्यास त्यास अनुप्रयुक्त वेळ किंवा वाजवी वेळ द्यावा लागतो व नंतर त्याचा पाठपुरावा करणे आवश्यक असते.

उत्पादन नियंत्रण हे उत्पादन नियोजनाचे प्राथमिक कर्तव्य आहे. उत्पादन नियोजन अन्य कार्येदेखील करीत असते. आदेशाप्रमाणे सामग्रीचा पुरवठा वाहता ठेवणे ही एक शास्त्रीय पद्धती आहे. उत्पादन सारणीनुसार ठरलेल्या उत्पादनाच्या गुणवत्तेची व परिमाणाची प्रत तयार करणे व त्या सर्व बाबींचे उद्दिष्टपूर्ती होण्याच्या दृष्टीने संघटन साधणे महत्त्वाचे असते. व्यवस्थापनाचे नियोजन करते. सामग्री पुरवठ्याचे मार्गदर्शन व नियंत्रण करते व उपक्रमाच्या प्रक्रियांचे कार्यपालन करते. प्रत्येक कार्य उपलब्ध श्रमिकांच्या व भांडवलाच्या पुरवठ्याप्रमाणे रीतसरपणे घडते वा नाही, याची व्यवस्थापन विभागाने खात्री करून घ्यावयाची असते.

व्याख्या

- ''उत्पादन नियंत्रण कारखान्यामध्ये सेवा उपलब्ध करून देते. त्याचा परिणाम म्हणून कारखान्यातील सर्व कार्ये योग्य समन्वयाने चालू राहतात आणि योजना केल्याप्रमाणे कोणताही खंड न पडता सातत्याने कामाचा ओघ वाहत राहतो.''
  – एच. एन. क्रम

अशा रीतीने उत्पादन नियंत्रणात प्रतवारी तसेच वेळोवेळी नियोजनावर ठरलेले उत्पादनाचे मार्गदर्शन व उत्पादनाच्या भिन्न घटकांचे संघटन यांचा अंतर्भाव होतो. हे संघटन मार्ग, सारणीकरण, रवानगी व पाठपुरावा या तंत्राने कमीत कमी कार्यक्षमतेद्वारे करण्यात येते.

3.2.1 उत्पादन नियंत्रणाची उद्दिष्टे

1. कच्चा माल, उत्पादन साधने, यंत्र व कामगार यांची आवश्यक तरतूद करणे.
2. वस्तू व सेवा यांच्या उत्पादनाची निश्चित मागणीनुसार आखणी करणे.
3. योग्य वेळी, ठिकाणी व विशिष्ट गुणवत्ता असलेल्या कच्चा मालाचा पुरवठा निश्चित करणे व त्यास विलंब होणार नाही याची दक्षता घेणे.
4. उत्पादनाच्या भिन्न सवलतींचा सदुपयोग करणे. उदा., इमारत, यंत्रे, माणसे व सामग्री इत्यादी या सदुपयोगाचा उत्पादन परिव्यय कमीत कमी येऊ शकेल, अशा रीतीने अवलंब करणे.
5. गुणवत्ता नियंत्रणाचा निकष ठेवून विशिष्ट सारणीप्रमाणे उत्पादित मालाची गुणवत्ता राखून नियंत्रण करणे.
6. विविध पद्धतींच्या उत्पादनास उत्तरदायी असलेल्या विभागांचे, तुकड्यांचे सहकार्य मिळविणे.
7. विशिष्ट आराखड्याप्रमाणे उत्पादन विकास साधणे इत्यादी.

उत्पादन नियंत्रणापासून लाभ : उत्पादन नियंत्रण ही प्रक्रिया उत्पादन व्यवस्थापनाच्या दृष्टीने आवश्यक ठरते. कारण ती व्यवस्थापन विभागास केवळ सेवाच प्रदान करीत नाही तर ग्राहकांनादेखील त्या सेवेचा लाभ होतो.

ग्राहकांना लाभ : उत्पादन नियंत्रणाच्या निकषाने या सर्व उद्दिष्टांची परिपूर्ती ग्राहकांच्या सेवेसाठी करावयाची असते. कारण उपक्रमाच्या दृष्टीने ग्राहक किंवा उपभोक्ते फार महत्त्वाचे अंग असते. उत्तम गुणवत्तेच्या व परिमाणाच्या वस्तू व तत्सम सेवा निश्चित वेळी कमीत कमी परिव्ययात उपलब्ध करून ते ग्राहकांची सेवा करतात. त्यामुळे अर्थातच ग्राहकांचे राहणीमान उंचावते.

3.2.2 उत्पादन नियंत्रणाचे फायदे

(1) व्यवसायाच्या दृष्टीने होणारे फायदे

(अ) उत्पादन नियंत्रणाचे प्रमुख उद्दिष्ट म्हणजे ग्राहकांना माल उपलब्ध करणे. ही उपलब्धता अर्थातच योग्य वेळी, रास्त गुणवत्ता, योग्य परिमाण व न्यूनतम उत्पादन परिव्यय यांच्या एकीकरणाने साध्य करावयाची असते.

(ब) उत्पादन तसेच विक्रय कार्यक्रमांची व्यवस्थापन विभागास योग्य जाणीव देऊन न्यूनतम उत्पादन परिव्ययात न्यूनतम परिव्ययाची पद्धती उपयोगात आणून उत्पादन कार्यक्रम राबविणे आवश्यक असते.

(क) न्यूनतम उत्पादन परिव्ययाचा मेळ साधून उत्तम गुणवत्ता असलेल्या वस्तूंची उत्पादन व्यवस्था करणे. अर्थातच, मोठ्या प्रमाणावर वस्तूंचा विक्रय करण्याच्या दृष्टीने बाजारपेठ काबीज करणे होय.

(ड) मोठ्या प्रमाणावर वस्तू विक्रय केल्याने महत्तम नफा मिळविता येतो.

(इ) न्यूनतम उत्पादन परिव्यय व महत्तम नफा यांची एकीकरण साधणारी उत्पादन पद्धती बाजारपेठ उत्पादन स्पर्धा करू शकते.

(2) ग्राहकास होणारे फायदे

(अ) ग्राहकांना उत्तम गुणवत्तेच्या व परिमाणाच्या वस्तू उपलब्ध होतात.

(ब) कमी किमतीमध्ये दर्जेदार वस्तू उपलब्ध होतात.

(क) योग्य वेळी वस्तू मिळविण्यास मदत होते.

(ड) चांगला प्रतीच्या वस्तूंच्या वापरांमुळे राहाणीमानात सुधारणा होते.

(3) कर्मचाऱ्यांना होणारे फायदे

(अ) उत्पादन नियंत्रणामुळे कर्मचाऱ्यांच्या कार्यक्षमतेत वाढ होते.

(ब) कामाचे स्वरूप व आराखडा अगोदरच किंवा पूर्वनिश्चित असल्यामुळे गोंधळ निर्माण होत नाही.

(क) योग्य व चांगले वेतन मिळण्यास मदत होते.

(ड) अतिरिक्त कामाचा योग्य मोबदला प्राप्त होण्यास मदत होते.

(3) गुंवतवणूकदारांच्या दृष्टीने होणारे फायदे

(अ) योग्य व अपेक्षित परतावा मिळतो.

(ब) अतिरिक्त किंवा अधिक लाभांश मिळतो.

(क) स्थिर मोबदला मिळविण्यास मदत

(4) देशाला होणारे फायदे

(अ) रोजगारसंधी उपलब्ध होत असल्याने बेरोजगारीची समस्या सुटण्यास मदत होते.

(ब) औद्योगिक गुंतवणुकीला चालना व प्रोत्साहन मिळते.

(क) राष्ट्रीय उत्पन्नामध्ये वाढ होते.

3.2.3 उत्पादन नियंत्रणाचे महत्त्व

उत्पादन नियंत्रण ही गोष्ट आजच्या पूर्ण स्पर्धात्मक परिस्थितीत अटळ अशा स्वरूपाची बनलेली आहे. उत्पादन नियंत्रण उत्पादकाला दोन्ही स्वरूपात विचारात घ्यावे लागते. उत्पादित करावयाच्या वस्तूंची संख्या आणि उत्पादित करावयाच्या वस्तूंचा दर्जा. हे कार्य दुहेरी स्वरूपाचे असते आणि त्याची जबाबदारी उत्पादन विभाग प्रमुखाची असते. संस्थेतील इतर कार्यांप्रमाणे सतत चालणारे अशा स्वरूपाचे ते कार्य आहे. वस्तू उत्पादनात ज्या विविध प्रक्रिया असतील (कच्च्या मालाच्या स्थितीपासून ग्राहकोपयोगी वस्तू अथवा विक्रीयोग्य अशा अवस्थेपर्यंत) त्या प्रत्येक पातळीवर वस्तूचा दर्जा तपासून बघणे ही नियंत्रणाची एक बाजू असते आणि तयार होणाऱ्या वस्तूंची एकूण संख्या नियंत्रित करणे ही दुसरी बाजू असते. प्रत्येक बारीकसारीक प्रक्रियेत उत्पादकाला डोळ्यांत तेल घालून लक्ष द्यावे लागते. कारण एखाद्या अवस्थेत जरी दुर्लक्ष झाले तरी पूर्ण वस्तू निकामी, कूचकामी ठरते. तिचा टाकाऊ वस्तू म्हणूनच विचार करावा लागतो. नकळत, वस्तुनिर्मितीकरिता खर्च केलेला पैसा आणि श्रम निष्फळ ठरतात.

उत्पादन नियंत्रण म्हणजे व्यवस्थापनाने अशा प्रकारचे केलेले प्रयत्न की ज्यामुळे जास्तीत जास्त कार्यक्षम वस्तुनिर्मिती करणे शक्य होईल. त्याचप्रमाणे योग्य दर्जाच्या वस्तू अल्पवेळेत आणि योग्य किमतीला निर्माण केल्या जातील.

उत्पादनाच्या बाबतीत संख्यात्मक आणि दर्जात्मक नियंत्रण पुढील कारणांसाठी महत्त्वाचे समजले जाते.

(1) उत्पादन नियोजन : उत्पादन जर भरमसाट झाले पण त्याप्रमाणे मालाचा वेळीच उठाव झाला नाही तर उत्पादित वस्तूत भांडवल गुंतून पडते.

(2) सुरक्षित देखभालीचा खर्च वाढतो : मालाची प्रत्यक्ष मागणी येईपर्यंत साठवणगृहातील जागा अडकून पडते आणि मालाच्या सुरक्षित देखभालीचा खर्चसुद्धा वाढतो.

(3) समन्वय : काही काळ माल पडून राहूनसुद्धा भविष्यात अपेक्षेप्रमाणे मागणी वाढलीच नाही तर उत्पादन खर्चाचा ताण संस्थेवर पडतो आणि त्याची अल्पकाळात भरपाई करणे पुष्कळच जड जाते.

(4) गुणवत्ता टिकविणे : उत्पादित करण्यात आलेल्या मालाच्या दर्जाच्या बाबतीत पुरेपूर काळजी घेणे महत्त्वाचे असते. कारण त्यामुळे माल परत केला जाण्याची शक्यता कमी होते. माल परत पाठवणी केला जाणे ही गोष्ट संस्थेच्या प्रतिमेवरसुद्धा प्रतिकूल परिणाम करते. याउलट, दर्जेदार वस्तूंच्या बाबतीत विक्रेत्याशी ग्राहकाला वाद घालण्याचे कारण नसते. अशा मालाचा चटकन उठाव ग्राहकांकडून करण्यात येतो.

(5) वस्तूंचा दर्जा : उत्पादनाच्या बाबतीत दर्जा नियंत्रण ग्राहक वर्गासही फायद्याचेच असते. कारण मोजलेल्या किमतीच्या प्रमाणात वस्तूचा दर्जा चांगला असेल तर मानसिक समाधान मिळते. विविध उत्पादन अवस्थेत वस्तूच्या दर्जाविषयी काही मोजमापन, प्रमाणीकरण निश्चित केले जाते.

(6) वेळेची बचत : वेळेची बचत करण्याच्या दृष्टीतूनसुद्धा उत्पादन नियंत्रणास महत्त्व आहे. उत्पादनासाठी लागणाऱ्या वेळेचे जर नियंत्रण केले तर अधिक उत्पादनासाठी अधिक वेळ उपलब्ध होऊ शकतो. अशा प्रकारे उत्पादन नियंत्रणाला विविध दृष्टिकोनांतून महत्त्व आहे असे म्हणता येईल. उच्च पातळी व्यवस्थापनाने करावयाचे असेच ते एक कार्य आहे.

(7) बाजारपेठ काबीज करणे : दूरदृष्टीने जर विचार करावयाचा तर दर्जेदार उत्पादनांवर संस्थेला जाहिरात आणि प्रसिद्धी खर्च फारसा करावा लागत नाही. उत्पादन नियंत्रण कर्मचारी वर्गालासुद्धा सतत सावधानता बाळगण्यास शिकविते. उत्पादनाचा दर्जा आणि कर्मचारी वर्गाची कार्यक्षमता या गोष्टींचा परस्परसंबंध असतो.

3.2.4 उत्पादन नियंत्रणाचे स्वरूप ठरविणारे/परिणाम करणारे विविध घटक

उत्पादन नियंत्रणाची गरज आणि आवश्यकता आजकाल सर्वच प्रकारच्या वस्तू उत्पादकांना पटली आहे. ग्राहकोपयोगी वस्तू आणि भांडवली वस्तू अशा सर्वच प्रकारचे उत्पादन करणाऱ्या कंपन्या 'नियंत्रण' या साधनाचा प्रभावीपणे वापर करतात. व्यावसायिक जगतात नियंत्रण हे एक विधायक स्वरूपाचे पाऊल समजले जाते. मात्र सर्व संस्थांमध्ये नियंत्रणाची पद्धती एकच असत नाही. कोणती नियंत्रण पद्धती वापरावयाची - सखोल नियंत्रण किंवा विस्तृत नियंत्रण ते अनेक घटकांवर अवलंबून असते हे घटक पुढीलप्रमाणे

(1) उत्पादनाचे स्वरूप : उत्पादनाची प्रक्रिया कितपत गुंतागुंतीची आहे. किचकट आहे याचा विचार उत्पादकाला करावा लागतो. उदा., इलेक्ट्रॉनिक वस्तू - रेडिओ, दूरदर्शन संच, वॉशिंग मशीन, मनगटी घड्याळे यांत वस्तूंची रचना गुंतागुंतीची असते. औषधांची निर्मिती करणाऱ्या कंपन्यांची सुद्धा उत्पादन यंत्रणा गुंतागुंतीची असते. वस्तूची अल्पकालीन उपयुक्तता, दीर्घकालीन उपयुक्तता यांचा विचार करून नियंत्रणाची सुयोग्य अशी पद्धती ठरविली जाते.

(2) नियंत्रणाचा खर्च : उत्पादनाच्या विविध अवस्था, विविध प्रक्रिया विचारात घेऊन प्रत्येक अवस्थेत नियंत्रण, दर्जा तपासणी करावयाचे ठरविले तर त्यासाठी अनुभवी, तज्ज्ञ कर्मचाऱ्यांचा ताफाच संस्थेला बाळगावा लागतो. अशा कर्मचाऱ्यांचे प्रशिक्षण कंपनीला करावे लागते. नियंत्रण जर खर्चीक बनले तर उत्पादन खर्चांत नकळत वाढच होते. छोट्या उत्पादक कंपन्या, नव्यानेच बाजारपेठेत प्रवेश करणाऱ्या कंपन्यांना दर्जा नियंत्रणासाठी आधुनिक तंत्र वापरणे परवडण्यासारखे नसते.

(3) स्पर्धेचे स्वरूप : बाजारपेठेत स्पर्धेचे स्वरूप तीव्र असेल तर आपले नाव, प्रतिष्ठा, मागणीचे प्रमाण टिकून राहण्याकरिता उत्पादक दर्जा नियंत्रणाकरिता स्वतंत्रपणे पैसा गुंतविण्यास तयार होतो. उत्पादित वस्तूंचे संस्थेतल्या संस्थेत मूल्यमापन केले जाते. बिघाड झालेल्या वस्तू अगोदरच बाजूला केल्या जातात. स्पर्धा जर तीव्र असेल तर सखोल आणि विस्तृत असे नियंत्रणाचे दोन्ही पर्याय विचारात घेतले जातात. मात्र बाजारात उत्पादकाची जर मक्तेदारी असेल तर नियंत्रणाच्या बाबतीत तो थोडासा बेफिकीर राहू शकतो. पुरवठ्याच्या बाजूवर त्याचा प्रभाव असल्याने, तो ग्राहकांना वस्तू खरेदी करण्यास भाग पाडू शकतो. उदा., जीवनावश्यक वस्तूंच्या बाबतीत हे शक्य बनते. बाजारपेठेत अपूर्ण स्पर्धा असली तरीसुद्धा, उत्पादक आणि वितरक परस्पर सामंजस्याने हलक्या प्रतीची उत्पादने बाजारात यशस्वीपणे विक्री करू शकतात.

(4) परदेश व्यापार नीती : आजकाल शासकीय धोरण निर्यात व्यापाराला उत्तेजन देण्याचे आहे. ज्या कंपन्या आपल्या मालाला परदेशी बाजारपेठ मिळावी अशी स्वप्ने बाळगतात, त्यांना वस्तूंचा दर्जा विशिष्ट पातळीवर राखावाच लागतो. अशा वस्तूंना 'निर्यात सक्षम वस्तू' संबोधतात. ज्या वस्तू परदेशात पाठवावयाच्या आहेत तेथे गुणवत्तेबाबत तडजोड करता येतच नाही. अशा मालाच्या निर्यातीला शासनाकडूनही संमती मिळत नाही. दर्जा नियंत्रण एक प्रकारची

सक्ती बनते. निर्यातक्षम उत्पादने काढणाऱ्या कंपन्यांना, दर्जा नियंत्रणाची बाजू जरी कटकटीची वाटली तरी त्यांना आयात परवाने सुलभपणे मिळू शकतात. शासनाकडून इतर सवलती मिळतात. दर्जेदार वस्तूंची निर्यात देशाला परकीय चलन मिळवून देते. याही कारणामुळे दर्जा नियंत्रणाबाबत शासकीय यंत्रणा अधिक काटेकोर बनते.

(5) संघटनेचे आकारमान : जसजसे उत्पादनसंस्थेचे आकारमान वाढत जाते, तसतसे कर्मचाऱ्यांची संख्या वाढते. कच्चा माल, सुटे भाग, उत्पादन साधनांची खरेदी यावरचा खर्चही वाढतो. कामकाजात एक प्रकारची शिथिलता येते. सुटे भाग, कच्चा माल यांच्या अपहाराचे, अपव्ययाचे प्रसंग उद्‌भवतात. थोडक्यात, संस्थेला मोठ्या आकारमानाचे दुष्परिणाम अनुभवास येतात. अशा शक्यतेचा विचार करून व्यवस्थापनास वेळीच सावध व्हावे लागते. नियंत्रण शिथिल पडणार नाही याची काळजी घ्यावी लागते.

उत्पादन विकास आणि संशोधन याचे काम मोठ्या कंपन्यांतून सतत चालू असते. उत्पादनाचे नवनवीन तंत्रज्ञान विकसित होत असते. नवीन तंत्रज्ञानाचा वापर करताना नियंत्रणाचे तंत्रही स्वीकारावे लागते. या विवेचनावरून लक्षात येईल की, उत्पादन नियंत्रणाचे स्वरूप ठरविणारे, संस्था अंतर्गत आणि संस्थाबाह्य असे अनेक घटक आहेत. हे सर्व घटक एकाच वेळी कार्यरत असतात आणि आपला प्रभाव पाडत असतात. या सर्व घटकांचा साकल्याने विचार करूनच, प्रत्येकाला सखोल नियंत्रण, विस्तृत नियंत्रण यापैकी एखाद्या पर्यायाची निवड करावी लागते. मात्र नियंत्रण तंत्राचा वापरच केला जात नाही, अशी संस्था सापडणे आजच्या स्पर्धात्मक युगात सहज सुलभ नाही.

3.3 उत्पादन आराखडा

3.3.1 उत्पादन आराखडा : अर्थ, व्याख्या व घटक

उत्पादन आराखडा (अभिकल्प) निश्चित करताना त्याचा आकार, दर्जा व नमुना (आकृतिबंध) हे मुद्दे लक्षात घ्यावे लागतात. 'भारतीय उत्पादन एकस्व आणि उत्पादन आराखडा (अभिकल्प) अधिनियम' असे स्पष्ट करतो की, आराखडा (अभिकल्प) म्हणजे आकार, जुळवणी, नमुना यांची वैशिष्ट्ये किंवा अलंकार. कोणतीही औद्योगिक प्रक्रिया करण्यास उपयोजित केलेला अधिकार, मग ती प्रक्रिया हस्तलिखित, यांत्रिक किंवा रासायनिक स्वरूपाची असेल, ती परिपूर्ण वस्तूच्या उत्पादित स्वरूपात असल्याचा दावा करीत असेल आणि ती पूर्णपणे अधिकाराचे प्रदर्शन करीत असल्याचे नजरेस येत असेल परंतु कोणतीही पद्धत अंतर्भूत नसेल किंवा कोणत्याही बांधणी तत्त्वाचा ती पुरस्कार करीत नसेल वा ती अन्य स्वरूपाची यांत्रिक कृती असेल आणि तिच्यामध्ये कोणतेही व्यापारी चिन्ह अंतर्भूत नसेल विशिष्ट प्रायोगिक व सुधारणा करणारे कार्य, अंदाजाची गणना, उत्पादन विभागास सूचना इत्यादी कार्ये उत्पादन आराखड्यात अंतर्भूत असतात.

व्याख्या

- ''आराखड्याचा विस्तारित अर्थ असा की प्रत्यक्ष उत्पादनास सुरुवात होईपर्यंत संबंधित उत्पादित वस्तूची सर्व प्राथमिक उत्पादन अवस्थांमधून विकास साधण्याची प्रक्रिया.'' **– सी. एस. डिव्हेरेल**

उत्पादन आराखडा ही महत्त्वाची प्रक्रिया असल्याने एखाद्या कंपनीच्या उत्पादित वस्तूत तिचे अस्तित्व नसल्यास उत्पादन प्रक्रिया सुलभपणे कार्यरत होणार नाही.

उत्पादन आराखडा निश्चित करणारे घटक

(1) ग्राहकाची गरज व मानसिक परिणाम : तांत्रिक विभागाने ग्राहकांचे मनोविचार व त्याच्या मूलभूत गरजा शोधणे आवश्यक आहे. त्यामुळे ग्राहकांची कल्पनाशक्ती विस्तारित होऊन उत्पादित वस्तूंचे गुण, कालिकता व कर्तव्यनिष्ठा यांबाबतचा आत्मविश्वास वृद्धिंगत होईल.

(2) यंत्रचालक विभाग : यंत्रचालकास त्याचे कार्य करीत असताना सर्व प्रकारच्या सवलती व सुविधा उपलब्ध आहेत. याचे अवलोकन योजनाकाराने करणे आवश्यक आहे. किचकट आराखड्यानुसार यंत्रचालक त्याच्या कार्यक्षमतेनुसार त्या कार्याची पूर्ती करू शकणार नाही. किंवा यंत्रचालकास त्या कार्यामुळे शीण येईल व त्याचा परिणाम कमी उत्पादननिर्मिती होण्याकडे होऊ शकतो.

(3) कार्यरतता : उत्पादन आराखडा त्यानुसार उत्पादन कार्य सुलभ होणारा असावा. तो ज्या कार्यासाठी तयार केला जातो त्यानुसार त्या कार्याची पूर्ती होणे आवश्यक असते. ग्राहकांना लाभणारी सेवा आणि त्या सेवेचे अवलोकन करण्यात येणारे स्वरूप यात योग्य समन्वय उपलब्ध असणे आवश्यक आहे.

(4) सामग्री : सामग्रीचे स्वरूप व गुणवत्ता यांचा योग्य परिणाम उत्पादन कार्यासाठी व्हावा. उत्पादन आराखडा तयार करणाऱ्यास विशिष्ट उत्पादन होण्यास नवीन प्रकारच्या मालाचे अद्ययावत ज्ञान असणे आवश्यक आहे. या प्रकारचे ज्ञान औद्योगिक, शास्त्रीय व तांत्रिक दैनिके उपलब्ध असल्यास उत्पादन करणे सहज शक्य होईल.

(5) कार्यपद्धती व उपकरणे : सुचविलेली उत्पादननिर्मिती करावयाची झाल्यास त्यासाठी वापरण्यात येणारी कार्यपद्धती व उपकरणे उत्पादन आराखड्यानुसार उत्पादनात उपयोगिता व व्यावहारिकता आणणारी असणे आवश्यक असते. आराखडा करणाऱ्या व्यक्तीस कार्यपद्धतीत सुधारणा घडवून आणण्याचा व योग्य उत्पादन साधने वापरणाऱ्या तंत्रज्ञानाची जाणीव असावी.

वरील सुधारणा उत्पादन कार्यपद्धतीत झाल्यास त्याचा उत्पादन परिव्यय कमी होऊन त्या उत्पादित वस्तूंची बाजारपेठेतील मागणी वाढणे शक्य होते.

3.3.2 उत्पादन आराखड्याची वैशिष्ट्ये

उत्पादन आराखड्याची वैशिष्ट्ये पुढीलप्रमाणे :

1. नवीन वस्तूंचा नकाशा लक्षात घेणे, अभियांत्रिकी नकाशावरून वस्तूचे स्वरूप लक्षात येते.
2. नवीन वस्तूंसाठी कच्च्या मालाची माहिती यादीसहित दिलेली असते.
3. कोणत्या प्रक्रिया केव्हा कराव्यात, त्याची क्रमबद्धता व त्यांना लागणारा वेळ याची जाणीव होते.
4. प्रक्रियेसाठी कोणती यांत्रिक उपकरणे वापरावीत ही माहिती दिलेली असते. कच्च्या माल उत्पादन चक्राच्या कोणत्या टप्प्यावर कशा स्वरूपात असेल याची माहिती असते.
5. अनेक भाग जुळवून तयार होणारी वस्तू असल्यास ही जोडणी कशी असावी, कोणता भाग प्रथम, कोणता भाग शेवटी अशी क्रमबद्धता वस्तूंच्या सर्वसाधारण माहिती चौकटीत दिलेली असते.
6. वस्तू तयार करण्यासाठी जी यंत्रसामग्री, जो कच्चा माल व जी यांत्रिक साधने विकत घ्यावी लागतील त्यांचे

अंदाजित दर आणि एकूण खर्चाची आकडेवारीही आराखड्यासमवेत खर्च अंदाजपत्रकात पुरविली जाते.

7. उत्पादन कार्यात कच्चा माल कोठे वाया जाईल याची माहिती दिलेली असते.
8. वस्तू तयार करण्यासाठी उत्पादन खर्च किती येईल याचाही अंदाज स्पष्ट केला जातो.

3.4 उत्पादन विकास

3.4.1 उत्पादन विकास : व्याख्या, गरज व घटक

जनतेच्या मागणीनुसार वस्तूचे उत्पादन निश्चित करण्याची पद्धती ही एक प्रकारची विशिष्ट कृती असून ती नवीन वस्तूच्या उत्पादनास किंवा उत्पादन पद्धतीत बदल करण्याची चालना देते. उत्पादित वस्तूचा विकास करण्याचा प्रमुख उद्देश म्हणजे विपणनामधील मागणीनुसार तशा प्रकारच्या वस्तू उपलब्ध करणे आणि उपलब्ध मालाचा वास्तव दरात पुरवठा करणे व तशा प्रकारच्या नवीन वस्तू बाजारात उपलब्ध आहेत याची माहिती देणे हा होय. दुसऱ्या शब्दांत सांगावयाचे झाल्यास विकास हा नवीन व जुन्या वस्तूंच्या गरजांची पूर्ती करणे तसेच ग्राहकांच्या मागणीनुसार त्या प्रकारच्या वस्तूंचा दर बाजारात उपलब्ध करणे असून त्यामुळे उत्पादनाची कार्यक्षमता व नफा यांत साहजिकच वाढ होते.

उत्पादित वस्तूंच्या विकासाची गरज : उत्पादित वस्तूंचा विकास ही निरंतर चालणारी व गतिशील प्रक्रिया आहे. उत्पादन पद्धतीची ती न संपणारी क्रिया आहे. तिची दोन उद्दिष्टे आहेत.

त्वरित फलाची उद्दिष्टे व मूलभूत उद्दिष्टे

त्वरित फलाची उद्दिष्टे : ही उद्दिष्टे कायम स्वरूपाची असतात. यात उत्पादन परिव्ययातील न्यूनता साधावयाची असते. ही न्यूनता त्या उत्पादित वस्तूंची मागणी निर्माण करून, विशाल प्रमाणावरील उत्पादन करून, तसेच उत्पादन परिव्ययातील न्यूनता निर्माण करून व ग्राहकांना कमी दराने वस्तू उपलब्ध करून साधावयाची असते.

उत्पादित वस्तूंच्या विकासास जबाबदार घटक : सुनियोजित व योग्य समन्वय साधून उत्पादित वस्तूंचा विकास होतो. हा विकास योजनेची उद्दिष्टे साधून ग्राहक, उत्पादक व संपूर्ण समाजाला त्याचे लाभ देत असतो. अशा रीतीने तो देशातील सर्वसाधारण जनतेच्या राहणीमानात सुधारणा घडवून आणतो. उत्पादित वस्तूंच्या प्रभावीपणाचे तत्त्व त्याच्या डावपेचांचे खालील प्रश्न देऊन प्रकट करते.

1. वस्तूचा रंग, आकार, वैशिष्ट्य व ग्राहकांच्या पसंतीनुसार ग्राहकांचे समाधान झाले काय ?
2. उत्पादित वस्तूंच्या संरक्षणासाठी काही वाव व शक्यता आहे काय ?
3. उपक्रम उत्पादित वस्तूचा स्थिर पुरवठा देते काय ?
4. उत्पादित वस्तूंचा दीर्घकाल तसेच वस्तू ग्राहकांच्या हाती येतील तोपर्यंत संक्रमण काळात वस्तूंस सदोषता प्राप्त होईल काय ?
5. ग्राहकांची क्रयक्षमता व उत्पादित वस्तूंची किंमत
6. उत्पादित वस्तूंचे स्थलांतर होताना वा तिला सोईच्या आहेत काय ?
7. उत्पादित वस्तूंच्या गुणवत्तेत सुधारणा झाल्यास मागणी सतत वाढणारी आहे काय ?

8. उत्पादित वस्तू उपलब्ध असलेल्या वाटपाच्या माध्यमांद्वारे विकल्या जातील काय किंवा त्यांचे वाटप होऊ शकेल काय ?
9. नवीन उत्पादन तंत्रानुसार उत्पादित वस्तू विकासावरील नियोजन व त्याचे नियोजन करण्याचे प्रयत्न, तसेच नवीन उत्पादन तंत्रानुसार त्यापासून मिळणारे फलित यांमधील सहसंबंध कसा असू शकेल ?
10. उत्पादित वस्तू तिचे संग्रहण करण्यास योग्य असेल काय, तसेच ती उत्पादित वस्तूंच्या प्रदर्शनास सोईची असेल काय ?
11. उत्पादित वस्तूंची कार्यक्षमता तिची खरेदी करण्यास सुलभ व समाधानकारक असेल काय ?
12. उत्पादित वस्तूंचा विकास कार्यक्रम तिचे उत्पादन करण्याच्या दृष्टीने योग्य आहे काय ?
13. उपक्रमास वस्तूंच्या उत्पादन परिव्ययांत ग्राहकास त्या वस्तूची किंमत देणे योग्य होण्याच्या दृष्टीने बचत साधता येईल काय ? इत्यादी.

वरील प्रश्नांची उत्तरे समाधानकारक असल्यास त्या उत्पादित वस्तूंचा विकास प्रभावीपणे होऊ शकेल.

वस्तू विकास : वस्तू विकास ही एक संशोधन प्रक्रिया आहे. नवीन वस्तूच्या उत्पादनासाठी प्रयोगशाळेत विविध प्रयोग केले जातात. नव्या वस्तूचे उत्पादन हे तांत्रिकदृष्ट्या कितपत योग्य आहे याची चाचणी घेतली जाते. वस्तू विकास कार्य एका स्वतंत्र विभागाकडे सोपविले जाते.

वस्तू विकासाचे घटक : कोणत्याही वस्तूंचा विकास किंवा सुधारणा करताना अनेक घटकांकडे प्रामुख्याने लक्ष पुरवावे लागते. हे घटक किंवा उद्देश डोळ्यांसमोर ठेवूनच कोणत्याही वस्तूच्या विकासाचे कार्य हाती घ्यावे लागते. या अनेक घटकांपैकी काही प्रमुख घटक पुढीलप्रमाणे आहेत.

(1) स्पर्धक वस्तूंचे स्वरूप : आपल्या वस्तूचा विकास करताना किंवा त्यात सुधारणा करताना उत्पादकाने बाजारपेठेत असणाऱ्या आपल्या इतर स्पर्धकांच्या वस्तूंचा विचार करावा. इतर स्पर्धकांच्या वस्तूंचा आकार, रंग, वेष्टन, चव, वास, वजन व किंमत यांसारख्या सर्व गुणवैशिष्ट्यांचा अभ्यास करावा. स्पर्धकांच्या वस्तूतील कोणत्या गुणामुळे किंवा वैशिष्ट्यांमुळे त्या वस्तू बाजारात लोकप्रिय आहेत, ग्राहकांना स्पर्धकांच्या वस्तूतील कोणती गुणवैशिष्ट्ये आवडतात याबाबत आवश्यक ते संशोधन व अभ्यास करावा व स्पर्धकांच्या वस्तूतील सर्व चांगली गुणवैशिष्ट्ये आपल्या वस्तूत कितपत आणता येतील याचा विचार करावा व त्याप्रमाणे आपल्या वस्तूत बदल घडवून आणावेत. वस्तूतील या बदलामुळे त्या वस्तूची स्पर्धाशक्ती वाढू शकते.

(2) स्पर्धेचे स्वरूप : बाजारपेठेत जर तीव्र व गळेकापू स्पर्धा असेल तर वस्तू विकासाचे काम करताना प्रत्येक बाबीवर अधिक सखोल व सूक्ष्म विचार करूनच वस्तूचा विकास करावा लागतो. कारण वस्तू विकास करतो. कारण वस्तू विकास करताना गुणवैशिष्ट्ये ठरविण्यात चूक झाली तर त्याचा परिणाम वस्तू विक्रीवर होतो. याउलट, स्पर्धा नसेल किंवा कमी असेल तर साहजिकपणे जरी वस्तू विकासाचे आडाखे चुकले तरी त्याचा परिणाम विक्रीवर फारसा होत नाही.

(3) पर्यायी वस्तू : वस्तू विकास करताना उत्पादित वस्तूला असणारी पर्यायी वस्तू विचारात घेऊन वस्तू विकासाची दिशा ठरवावी. म्हणजेच, पर्यायी वस्तूत असणारे चांगले गुणधर्म देखील आपल्या वस्तूत येऊ शकतील. अशा पद्धतीने वस्तू विकास करावा. तसे जर झाले तर पर्यायी वस्तूकडे ग्राहकांचे फारसे लक्ष जात नाही.

(4) मागणीविषयी अंदाज : नव्या वस्तूचा विकास करताना त्या वस्तूला किती मागणी निर्माण होऊ शकेल याचा अंदाज घेणे आवश्यक आहे. वस्तू विकासाद्वारे वस्तूचे स्वरूप व आकार इत्यादींत बदल केला आणि तरीही जर वस्तूची मागणी वाढणार नसेल तर वस्तू विकासाचा उद्देश सफल होत नाही. याउलट, वस्तू विकासामुळे मागणीत मोठी वाढ होत असेल तर वस्तू विकासाच्या कार्याकडे लक्ष देणे आवश्यक आहे.

(5) विकसित वस्तूची किंमत : एखाद्या वस्तूचा विकास केला आणि जर विकसित वस्तूची किंमत पूर्वीच्या वस्तूपेक्षा जास्त झाली तर त्यामुळे वस्तू विकासाचा फायदा होत नाही. समजा, पूर्वी एका घरगुती वापराच्या वस्तूची किंमत ₹ 700 होती. या वस्तूचा विकास केला, त्यात सुधारणा केल्या व त्याची किंमत समजा ₹ 3500 केली तर त्याचा परिणाम विकसित वस्तूची किंमत कदाचित पूर्वीच्या ग्राहकांना न परवडल्याने त्याची मागणी कमी होण्याची शक्यता असते.

(6) ग्राहकांची आवड-निवड आणि मान्यता : सर्वसाधारणपणे कोणत्याही वस्तूचा विकास करताना किंवा वस्तूत सुधारणा करताना जो बदल करणार आहे तो बदल ग्राहकांच्या आवडी-निवडीप्रमाणे आणि त्यांच्या मान्यतेला किंवा पसंतीला उतरेल अशा प्रकारचा असावा. वस्तूची मागणी मुख्यत: ग्राहकांच्या आवडी-निवडीवर व त्यांच्या पसंतीवर अवलंबून असते.

(7) स्वत्वाधिकार व वस्तूवरील नाव, शिक्का इत्यादी : उत्पादन क्षेत्रात नवीन वस्तूंचा, यंत्राचा शोध इत्यादी लावला असल्यास त्याचा पुरेपूर फायदा मिळविण्यासाठी प्रथम तो शोध वा यंत्र प्रचलित कायद्याप्रमाणे सरकारदरबारी स्वत्वाधिकाराच्या कायद्याप्रमाणे नोंदवावा लागतो. सरकारकडून त्या वस्तूंच्या उत्पादनाबद्दल तसा अधिकार मिळवावा लागतो. स्वत्वाधिकार कायद्याप्रमाणे ते संशोधन नोंदविल्यावर त्या संशोधनाप्रमाणे उत्पादन करण्याचा अधिकार फक्त नोंदणाऱ्या व्यक्तीलाच मिळतो. म्हणजेच त्या वस्तूचे उत्पादन करण्याचा वा तिची नक्कल करण्याचा किंवा तिचे अनुकरण करण्याचा प्रयत्न इतर उत्पादक करू शकत नाहीत. इतर उत्पादकांना त्याचा वापर न करता आल्याने संपूर्ण फायदा संशोधन करणाऱ्यालाच मिळतो. तसाच प्रकार जर विशिष्ट नावाने वा शिक्क्याने वस्तू ओळखली जाणार असल्यास त्या नावाची वा शिक्क्याची स्वत्वाधिकार कायद्याखाली नोंद करणे आवश्यक आहे. म्हणजे इतर उत्पादक त्या नावाने वा त्या शिक्क्याच्या वस्तू तयार करू शकत नाहीत.

(8) विकास आणि उत्पादन खर्च : वस्तू विकास करण्यापूर्वी उत्पादकाला त्या वस्तूच्या विकासाला येणारा खर्च, वस्तू उत्पादन करताना घ्यावी लागणारी नवीन यंत्रसामग्री, कामगार मजुरी, कच्चा माल इत्यादींवर होणारा खर्च आणि वस्तू उत्पादन करून मिळणारे उत्पन्न यांचा ताळमेळ साधला जाणे आवश्यक आहे. म्हणजेच एखाद्या वस्तूचा विकास केल्यावर ती वस्तू बाजारात किती प्रमाणात विकली जाईल. उत्पन्न व नफा किती मिळेल तसेच त्या वस्तूचा विकास करताना किती खर्च येईल, उत्पादन करण्यास किती खर्च येईल यांचा विचार करून किंवा अंदाज करूनच त्या वस्तूचे विकास कार्य हाती घ्यावे लागते. जर विकास खर्च व उत्पादन खर्च खूप येत असेल पण त्यामानाने उत्पन्न मिळत नसल्यास विकास कार्य हाती न घेणे सर्वांत चांगले.

(9) पूरक उत्पादन व पूरक वस्तू : उत्पादकाला नेहमीच पूरक वस्तूंचे उत्पादन करणे किंवा पूरक वस्तू उत्पादनाचा विकास करणे व पूरक उत्पादनाची सोय असणारे उत्पादन कार्य हाती घेणे योग्य वाटते. पूरक वस्तू म्हणजे अशा की ज्या

वस्तू सध्याच्या उत्पादित वस्तूबरोबर सहजपणे विकता येऊ शकतात. सध्याच्या वस्तूबरोबरच नवीन वस्तू त्यांना त्यांच्या दुकानदाराकडे विक्रीस ठेवता येतात. नवीन बाजारपेठ वा दुकानदार शोधावा लागत नाही. उदा., दाढीचे ब्लेड तयार करणारे कारखानदार, दाढी करण्याचे रेझर, दाढीचे ब्रश, दाढीचा साबण, दाढीनंतर लागणारे तेल किंवा लोशन, बेबी पावडर, फेस पावडर, टूथपेस्ट, टूथब्रश इत्यादी वस्तूंचेही उत्पादन करू शकतात. कारण त्या वस्तू सर्वसामान्यपणे स्टेशनरी दुकानातून ठेवता येतात. त्या उत्पादकाला पूर्वीचे वळण, बाजारपेठ, ग्राहक वर्ग असतो, नाव असते त्याचा उपयोग करून त्या वस्तू विकणे सोईस्कर पडते. जर औषध तयार करणारी कंपनी ऑइल इंजीन किंवा कापड तयार करू लागली तर व्यापारी भिन्न पडतात. त्यांना नवीन वस्तू बाजारपेठेत आणून विक्री करणे त्रासदायक जाते. त्या दृष्टीने पूरक उत्पादक वस्तूची कल्पना मांडण्यात आली आहे.

(10) इतर वस्तूंवर परिणाम : उत्पादित वस्तूंचा विकास करताना त्याचा परिणाम त्याच कारखान्यातून तयार केल्या जाणाऱ्या वस्तूंवर विपरीतपणे होणार नाही याची काळजी घ्यावी. एखाद्या वस्तूचा विकास केला व ती बाजारपेठेत विक्रीस ठेवली तर नवीन वस्तूची विक्री वाढेल पण दुसऱ्या एखाद्या वस्तूची विक्री कमी होऊन त्या उत्पादकाला नवीन किंवा विकसित वस्तूमुळे फारसा फायदा मिळत नाही.

3.4.2 उत्पादित वस्तू विकास प्रक्रियेतील टप्पे

वस्तूच्या विकासाचा विचार मनात आल्यापासून ती वस्तू प्रत्यक्षपणे बाजारात विक्रीला येईपर्यंत सर्वसामान्यपणे खालील टप्प्यांतून तिला प्रवास करावा लागतो.

(1) कार्याचे स्वरूप निश्चित करणे : सर्वांत प्रथम उत्पादकांना वस्तू संशोधन व विकास या विभागाच्या कार्याची दिशा, स्वरूप व मर्यादा स्पष्ट कराव्या लागतात. म्हणजेच या विभागाने सर्वप्रथम नवीन वस्तू संशोधन करण्याचे काम हाती घ्यावे किंवा कसे हे ठरवावे लागते. त्याच्या पुढचा भाग म्हणजे या विभागाने जुन्या वस्तूचा विकास करावा किंवा कसे, जसे की वस्तूच्या गुणधर्मात, आकार व प्रकार इत्यादींमध्ये कोणते बदल करावेत किंवा वस्तूचे उपयोग, पर्यायी उपयोग या बाबतीत कोणत्या मार्गाने त्या विभागाने मार्गदर्शन करावे याबद्दल उत्पादक सूचना देऊ शकतो. जसे की जुन्या वस्तूचे नवीन उपयोग सुचविणे किंवा जुन्या वस्तूत थोडेफार बदल करून वस्तूच्या उपयोगात विविधता आणणे हे निश्चित केले जाते. थोडक्यात, वस्तूचे संशोधन व विकास याबाबतच्या स्पष्ट कल्पना असणे किंवा त्या विभागाला देणे आवश्यक आहे.

नवीन वस्तूंचे संशोधन वा जुन्यांचा विकास यांच्याबाबत निर्णय घेताना सामान्यपणे ज्या वस्तूंना मोठ्या प्रमाणावर मागणी आहे व ज्यांच्यात सुधारणा करता येणे शक्य आहे अशा वस्तूत संशोधन व विकास केला जातो.

(2) प्राथमिक मूल्यमापन : या टप्प्यात वस्तू संशोधन आणि विकास कितपत शक्य आहे आणि तो कितपत फायदेशीर ठरू शकेल या दृष्टीने विविध बाजूंनी अभ्यास करून मूल्यमापन केले जाते. बाजारपेठेत संशोधनाचा काही भाग यासाठी विचारात घेतला जातो. उदा., वस्तूला मिळू शकणारी बाजारपेठ, तिला असणारी स्पर्धा, मागणीचे स्वरूप हे घटक मुख्यत: नव्या वस्तूचे उत्पादन करावे किंवा करू नये हे ठरवितात. जसे की स्पर्धा कमी असेल किंवा मागणी कमी असेल तर नवी किंवा सुधारित वस्तू बाजारात आणण्यास धोका नसतो. तसेच जर स्पर्धकांनी नव्या वस्तूबाबत पेटंट घेतले

असल्यास त्याची नक्कल वा अनुकरण करणे काही वेळा धोक्याचे असते. तसेच वस्तूंच्या स्वरूपात, गुणात, आकारात व प्रकारात कोणते बदल करावेत त्याबाबत ग्राहकांच्या आवडी-निवडी व अपेक्षा यांचा विचार करावा लागतो. काही वेळा वस्तू उत्पादनात कोणत्या नव्या यंत्रांचा, उत्पादन पद्धतीचा, उत्पादन तंत्रांचा व कच्च्या मालाचा वापर करावा याचादेखील विचार प्राथमिक मूल्यमापनात केला जातो. त्यामुळे उत्पादन खर्च कमी होतो. प्राथमिक मूल्यमापनातील या कार्यामुळे सुधारित वा नवीन वस्तू ग्राहकांच्या आवडीनिवडीशी मिळतीजुळती राहू शकते ती स्पर्धकाच्या वस्तूप्रमाणे असू शकते आणि उत्पादनात आधुनिक यंत्राचा व तंत्राचा वापर केल्याने उत्पादन खर्च कमी होतो आणि वस्तू स्पर्धायुक्त बाजारपेठेत टिकून राहू शकते.

(3) **प्राथमिक वस्तू विकास :** या टप्प्यात जी नवीन वस्तू किंवा सुधारित वस्तू निर्माण केली जाणार आहे, त्या वस्तूचा वेगवेगळ्या दृष्टिकोनांतून अभ्यास केला जातो. उदा., वस्तूत अनपेक्षित असणारे गुणधर्म निश्चित करणे, वस्तूचा आकार, रंग, स्वाद, वजन व खर्चाचा अंदाज निश्चित करणे यांसारखे कार्य केले जाते.

(4) **आराखडे तयार करणे :** प्राथमिक वस्तू विकासाच्या कल्पनेस मान्यता मिळाल्यानंतर त्या कल्पनेच्या आधारे नवीन वा सुधारित वस्तू कशा प्रकारची असू शकेल हे समजण्याकरिता त्या वस्तूचे चित्र किंवा प्रतिकृती, नमुने व आराखडे इत्यादी तयार केले जातात.

(5) **प्रयोगात्मक उत्पादन :** कोणताही उत्पादक नवीन किंवा सुधारित वस्तू एकदम मोठ्या प्रमाणावर उत्पादन करीत नाही. सर्वांत प्रथम त्या वस्तूंचे काही ठराविक मर्यादेतच उत्पादन केले जाते. त्याला मालाचे 'प्रयोगात्मक उत्पादन' असे म्हणतात. प्रयोगात्मक उत्पादनामुळे प्रत्यक्ष नवीन किंवा सुधारित वस्तू कशी असेल, तिच्या उत्पादनासाठी किती खर्च येईल व उत्पादन कालावधी याविषयी काही कल्पना येऊ शकते. त्याचबरोबर वस्तूत अपेक्षित गुणधर्म किती प्रमाणात येऊ शकतात हे समजू शकते. त्याशिवाय उत्पादनात येणाऱ्या अडचणी, वस्तूच्या गुणधर्मात पडणारे फरक हे समजू शकतात. ते दूर करण्याकरिता आवश्यक ते उपाय योजले जातात.

(6) **बाजारपेठेतील प्रतिक्रियांचा अंदाज घेणे :** या टप्प्यात उत्पादक नमुन्यादाखल काही वस्तू उत्पादन करतात. तयार केलेल्या वस्तू देशातील एखाद्याच अशा मोठ्या बाजारपेठेत विक्रीसाठी काढल्या जातात. ही विक्री मर्यादित प्रमाणात असते. उत्पादक या बाजारपेठेत मिळालेली प्रतिक्रिया विचारात घेतो. उदा., त्या वस्तूला ग्राहकांकडून, व्यापाऱ्यांकडून मिळालेला प्रतिसाद. नव्या वस्तूबद्दल किंवा वस्तूतील सुधारणेबद्दल त्यांचे मत म्हणजे पूर्वीच्या तुलनेने ती वस्तू म्हणजे ग्राहकांना किती आवडली, इतर स्पर्धकांच्या वस्तूशी तुलना करता ती वस्तू स्पर्धकांच्या वस्तूशी कितपत स्पर्धा करू शकते, त्याबद्दलचे ग्राहकांचे, व्यापाऱ्यांचे मत, त्यांचे विचार, प्रतिक्रिया व त्यांनी सुचविलेले बदल यांसारखे घटक विचारात घेऊन आवश्यक ते बदल वस्तूत केले जातात.

(7) **व्यापारी मूल्यमापन :** या टप्प्यात नव्या वस्तूचे व्यापारी मूल्यमापन केले जाते. म्हणजेच नव्या किंवा सुधारित वस्तूला कितपत मागणी येईल यांचा अंदाज करणे, त्यापासून मिळणारे उत्पादन किंवा वस्तूच्या उत्पादनासाठी, विक्रीसाठी, जाहिरातीसाठी येणाऱ्या खर्चाचा विचार करून वस्तू उत्पादन करणे फायदेशीर ठरेल किंवा कसे याचा विचार केला जातो. जर फायदा होणार असेल तरच वस्तू उत्पादनाचे कार्य हाती घेतले जाते.

(8) **तांत्रिक बाबींची पूर्तता :** उत्पादकाने जर नव्या वस्तूंचा शोध लावला असेल किंवा वस्तूचा आकार-प्रकार या बाबतीत काही विशेष बदल केले असतील तर इतर स्पर्धक उत्पादकांनी त्यांची नक्कल करू नये, म्हणून सरकार-दरबारी पेटंटकरिता अर्ज करावा लागतो. जर पेटंट किंवा स्वत्वाधिकार यांची नोंद केली तर इतरांना नवीन वा सुधारित वस्तूंसारख्या वस्तू तयार करता येत नाहीत. त्यामुळे मूळ कंपनीला नव्या वस्तूच्या संशोधनाचा, सुधारणेचा फायदा मिळतो. सुधारित किंवा नव्या वस्तूच्या उत्पादनाकरिता आवश्यक ती यंत्रसामग्री मिळविणे, तिची कारखान्यात रचना करणे यांसारख्या तांत्रिक बाबींची पूर्तता करावी लागते.

(9) **विक्री, जाहिरात, बक्षीस योजना इत्यादी :** नवी किंवा सुधारित वस्तू बाजारपेठेत विकली जावी म्हणून विशेष प्रयत्न करावे लागतात. त्यासाठी मोठ्या प्रमाणात जाहिरात केली जाते. नमुन्यादाखल वस्तू फुकट वाटल्या जातात. ग्राहकांचे बक्षीस योजना, विशेष सवलत यांसारख्या मार्गाने लक्ष वेधून घेतले जाते. इतरांपेक्षा वस्तू कशी चांगली आहे, त्यात कोणती गुणवैशिष्टये आहेत याबद्दलची माहिती विविध मार्गांनी व पद्धतींनी ग्राहक, व्यापारी यांना दिली जाते व विक्री करण्याकरिता योग्य ते प्रयत्न केले जातात. काही वेळा विक्रीनंतरच्या सेवादेखील ग्राहकांना उपलब्ध करून दिल्या जातात. वरील सर्व टप्प्यांतून वस्तू संशोधन आणि विकासाचे काम पूर्ण होते.

3.4.3 उत्पादित वस्तूंच्या विकासाचे नियोजन

उत्पादन नियोजन क्रियेतील उत्पादित वस्तूंचा विकास ही प्रथम व अत्यंत महत्त्वाची पायरी गणली जाते. नवीन उत्पादित वस्तूंचा विकास, उत्पादित वस्तूंमधील सुधारणा, उत्पादित वस्तूंच्या संवेष्टनात सुधारणा करणे या बाबींकडे बारकाईने लक्ष दिले जाते.

(1) **नवीन उत्पादित वस्तूंचा विकास :** नवीन उत्पादित वस्तूंचा विकास संबंधित वस्तूच्या उत्पादनात वाढ साधतो. विपणीमध्ये होणारे बदल, ग्राहकांच्या गरजा व आवड यात होणारा तांत्रिक बदल यांसंबंधातील बाबी विचारात घेतल्या जातात.

(2) **उत्पादित वस्तूंमधील सुधारणा :** उत्पादित वस्तूंच्या सुधारणेत वस्तूंची गुणवत्ता, तिचा आकार, स्वरूप व आराखडा (अभिकल्प) तसेच उपलब्ध वस्तूंचे आवेष्टन इत्यादी सुधारणांचा विचार केला जातो.

(3) **आवेष्टनात सुधारणा :** जेव्हा व्यवस्थापन नवीन वस्तुनिर्मितीचा निर्णय नफा मिळविण्याच्या तसेच स्पर्धक विपणनाच्या स्थितीचे अवलोकन करून घेण्याचे ठरविते तेव्हा ती वस्तू ग्राहक पसंत करतात. नंतर व्यवस्थापन त्या नवीन वस्तूचा नमुना किंवा आराखडा त्यांच्या कल्पनेनुसार सहजपणे तयार करता येईल अशा पद्धतीचा आदेश देते.

निर्मित वस्तूंचा आराखडा तयार झाल्यावर त्यानंतरची दुसरी पायरी म्हणजे नवीन वस्तुनिर्मितीची चाचणी घेणे ही होय. ही चाचणी नवीन निर्मित वस्तू व्यापारदृष्ट्या योग्य आहे किंवा नाही, याची खात्री करून घ्यावी लागते. म्हणून त्या नवीन वस्तूचा तयार केलेला नमुना निवडक बाजारपेठेत उपलब्ध करतात. औद्योगिक उत्पादनाचा प्रकार असल्यामुळे संबंधित नवीन वस्तूंच्या चाचणीचा खर्च फारसा येत नाही. कारण अशा वस्तूंचा उपयोगदेखील तुलनात्मकदृष्ट्या कमीच असतो परंतु ग्राहकांसाठी वस्तू तयार केल्यावर त्या वस्तूंचा चाचणी खर्च येत असतो. कारण त्याप्रमाणे ती वस्तू उपयोगात आणावयाची असते. नवीन वस्तूंचे नियोजनदेखील सहजपणे स्वीकृत केले जाते. कारण नवीन वस्तूच्या चाचणीचा खर्च तुलनात्मकदृष्ट्या समाधानकारक ठरतो. जर अशा नवीन उत्पादित वस्तूंची फलनिष्पत्ती असमाधानकारक वाटली तर त्यासंबंधीचे नियोजन वा वस्तुनिर्मितीचे उत्पादन रदबातल केले जाते.

● स्वाध्याय ●

खालील प्रश्नांची सविस्तर उत्तरे लिहा.

1. उत्पादन नियोजनाची व्याख्या सांगून कार्ये व प्रकार स्पष्ट करा.
2. उत्पादन नियोजनाची गरज व महत्त्व स्पष्ट करा.
3. उत्पादन नियंत्रणाची व्याख्या सांगून उद्दिष्टे स्पष्ट करा.
4. उत्पादन नियंत्रणाचे स्वरूप ठरविणारे घटक स्पष्ट करा.
5. उत्पादन आराखड्याची व्याख्या सांगून घटक स्पष्ट करा.
6. उत्पादन विकास व्याख्या सांगून गरज व घटक स्पष्ट करा.

खालील प्रश्नांची थोडक्यात उत्तरे लिहा.

1. उत्पादन नियोजनाची उद्दिष्टे स्पष्ट करा.
2. उत्पादन नियोजनाचे घटक स्पष्ट करा.
3. उत्पादन नियंत्रणाची संकल्पना व महत्त्व स्पष्ट करा.
4. उत्पादन आराखड्याची वैशिष्ट्ये स्पष्ट करा.
5. उत्पादन विकास कार्यातील टप्पे स्पष्ट करा.

टीपा लिहा.

1. उत्पादन नियोजन
2. उत्पादन विकास
3. उत्पादन नियंत्रण
4. उत्पादन आराखडा

विद्यापीठाच्या मागील परीक्षेत आलेले प्रश्न

1. 'उत्पादन आराखडा' या संकल्पनेची व्याख्या द्या. उत्पादन आराखड्याची गुणवैशिष्ट्ये आणि जबाबदाऱ्या स्पष्ट करा. **(ऑक्टोबर 2018)**
2. 'उत्पादन नियोजन' आणि 'उत्पादन नियंत्रण' या संकल्पनांच्या व्याख्या द्या. उत्पादन नियोजन आणि नियंत्रणाच्या पायऱ्या/टप्पे स्पष्ट करा. **(ऑक्टोबर 2018)**
3. उत्पादन नियंत्रणावर परिणाम करणारे घटक (टीप लिहा) **(ऑक्टोबर 2017, 2018)**
4. उत्पादन नियोजन व नियंत्रणाचा अर्थ द्या. उत्पादन नियोजनाचे उद्देश व महत्त्वाच्या कार्यपद्धतींची चर्चा करा. **(ऑक्टोबर 2017, एप्रिल 2016)**
5. उत्पादन नियंत्रण संकल्पना स्पष्ट करून उत्पादन नियंत्रणाचे घटक व उद्देश स्पष्ट करा. **(ऑक्टोबर 2016)**
6. उत्पादन आराखड्यांचा आपणास काय अर्थबोध होतो ? उत्पादन आराखड्यावर परिणाम करणारे घटक आणि चांगल्या उत्पादन आराखड्याचे महत्त्व स्पष्ट करा. **(ऑक्टोबर 2015)**
7. उत्पादन प्रक्रियेमध्ये उत्पादन नियोजनाची भूमिका महत्त्वाची असते. चर्चा करा. **(ऑक्टोबर 2015)**
8. उत्पादन नियोजनाची गरज व कार्यपद्धती स्पष्ट करा. **(एप्रिल 2015)**

4
प्रकरण

संपूर्ण गुणवत्ता व्यवस्थापन आणि उदयोन्मुख मुद्दे

(Total Quality Management and Emerging Issue)

★ महत्त्वाचे मुद्दे ★

4.1 संपूर्ण गुणवत्ता व्यवस्थापन

4.1.1 संपूर्ण गुणवत्ता व्यवस्थापन : अर्थ, व्याख्या व तत्त्वे

4.1.2 गुणवत्ता नियंत्रणाची उद्दिष्टे

4.1.3 एकूण गुणवत्ता व्यवस्थापनाची (TQM) गरज व महत्त्व

4.1.4 संपूर्ण गुणवत्ता व्यवस्थापनाचे फायदे

4.2 उत्पादन आणि प्रक्रिया व्यवस्थापनातील उदयोन्मुख मुद्दे

4.2.1 मोबाइल फोनच्या सुलभ उपलब्धतेमुळे निर्माण झालेली आव्हाने/समस्या

4.2.2 कार्यात्मक प्रक्रियांचे स्वयंचलनीकरण

4.2.3 कर्मचारी सबलीकरण

4.2.4 बाह्य स्रोत

4.2.5 घनकचरा व्यवस्थापन

4.1 संपूर्ण गुणवत्ता व्यवस्थापन

4.1.1 संपूर्ण गुणवत्ता व्यवस्थापन : अर्थ, व्याख्या व तत्त्वे

1970 नंतर जनरल इलेक्ट्रिक कंपनीच्या अभ्यासगटाने एक विशेष अभ्यास केला. या अभ्यासगटाचा निष्कर्ष असा होता की, गुणवत्ता ही फक्त तांत्रिक दृष्टीने पाहावयाची बाब नसून ती एक व्यवस्थापकीय प्रणाली या दृष्टीनेच बघायला हवी.

गुणवत्तेसाठी व्यवसायाच्या विविध घटकांवर लक्ष केंद्रित केले पाहिजे असे त्यातून ध्वनित होते. हे विविध घटक म्हणजे व्यवसायाची रचना (Design), विपणन, उत्पादन, मानव संसाधन व्यवस्थापन, पुरवठादार संबंध आणि वित्तीय व्यवस्थापन इत्यादी होत.

जनरल इलेक्ट्रिक कंपनीने 'गुणवत्ता' (Total Quality) ही व्यापक संकल्पना म्हणून राबवायला सुरुवात केल्यानंतरच 'समग्र गुणवत्ता' (Total Quality) ही नवी संकल्पना उदयास आली. समग्र गुणवत्तेत 'एकूण प्रणाली' (Total System Approach) महत्त्वाची मानली जाऊ लागली. समग्र गुणवत्तेत प्रणाली (Systems), पद्धती (Methods) आणि साधने (Tools) ही सर्व महत्त्वाची मानली जातात.

"समग्र गुणवत्ताप्रणाली म्हणजे ग्राहकाचे संपूर्ण समाधान करण्यासाठी संघटनेतील प्रत्येकाने सातत्यपूर्ण सुधारणांसाठी परिश्रम करणे होय." अशी समग्र गुणवत्ताप्रणालीची एक सोपी व्याख्या केली जाते.

खरेतर ए. व्ही. फिजेनबॉम (A. V. Feigenbaum) यांनी 1950 सालीच 'समग्र गुणवत्ता नियंत्रण' हा शब्द प्रचलित केला होता.

संपूर्ण गुणवत्ता व्यवस्थापनाच्या व्याख्या

- "संपूर्ण गुणवत्ता ही लोकांवर केंद्रित व्यवस्थापन पद्धती असून तिचा उद्देश खर्चात सातत्याने कपात करून ग्राहकांच्या समाधानात सतत वाढ घडवून आणणे हा असतो." **- जे रॅमपे आणि एच. रॉबर्ट्स**
- "संपूर्ण गुणवत्ता व्यवस्थापन ही अशी एक प्रक्रिया आहे की, जिची मांडणी ग्राहकांच्या अपेक्षांवर लक्ष केंद्रित करून, अडचणींना प्रतिबंध करून, काम करणाऱ्या कर्मचाऱ्यांमध्ये गुणवत्तेशी बांधीलकी निर्माण करून आणि खुल्या निर्णय पद्धतीची निर्मिती करून केली जाते." **- जॉन गिल्बर्ट**

संपूर्ण गुणवत्तेची तत्त्वे : समग्र गुणवत्तेची मूलभूत तत्त्वे पुढीलप्रमाणे सांगितली जातात :

1. ग्राहकावर लक्ष केंद्रित करणे.
2. सहभाग व संघ कार्य.
3. कर्मचाऱ्यांचा सहभाव व त्याचे उत्थापन.
4. सातत्यपूर्ण सुधारणा व शिक्षण.
5. समग्र गुणवत्ता व्यवस्थापनामध्ये ग्राहक हा केंद्रबिंदू मानला जातो.

4.1.2 गुणवत्ता नियंत्रणाची उद्दिष्टे

1. ग्राहकांना अपेक्षित असलेला दर्जा निश्चित करणे.
2. उत्पादन प्रक्रियेतील बदलांवर नियंत्रण ठेवणे.
3. कच्चा माल सुटे भाग उत्पादन प्रक्रियेतील दोष शोधणे.
4. निरीक्षण करणे व दोषासंबंधी जबाबदार कारणांचे विश्लेषण करणे.
5. दर्जेदार उत्पादनाच्या योजना राबविणे.

4.1.3 एकूण गुणवत्ता व्यवस्थापनाची (TQM) गरज व महत्त्व

(1) स्पर्धेला तोंड देणे सोपे करणे : संपूर्ण गुणवत्ता व्यवस्थापनामुळे बाजारात कंपनीला स्पर्धेस यशस्वीपणे तोंड देता येते. ग्राहकांच्या समाधानाबद्दल खात्री निर्माण होते. स्पर्धात्मक किमतीत गुणवत्तापूर्ण उत्पादने निर्माण करून खरेदीदारांच्या समाधानाची खात्री निर्माण केली जाते.

(2) कंपनीचे नाव व कीर्ती यात भर पडते : आजकालचा ग्राहक हा गुणवत्तेची मागणी करतो व किंमतही ठरवितो. कमीत कमी किमतीत जास्तीत जास्त गुणवत्तेची मागणी तो करतो. बाजारात TQM मुळे कंपनीची पत वाढते.

(3) ग्राहकांच्या तक्रारींमध्ये घट : TQM मुळे ग्राहकांच्या तक्रारी कमी होतात. ग्राहकांच्या मागणीला प्रतिसाद देण्यास कमी किमतीची उत्पादने किंवा सेवा जास्तीत जास्त गुणवत्तापूर्ण अशी निर्माण केली जातात.

(4) कामगारांना अधिकाधिक सुविधा : TQM मुळे कंपनीची पत व कार्य वाढते, त्यामुळे तिची विक्री व नफा वाढतो व त्याचा परिणाम म्हणून कामगार वर्गाला अधिक सोई-सवलती उपलब्ध होतात.

(5) विस्तृतीकरण व वैविध्यीकरण : TQM मुळे कंपनीला वैविध्यीकरण आणि विस्तृतीकरणाच्या योजना हाताळता येतात.

(6) स्फूर्तियुक्त कर्मचारी वर्ग : उत्पादनाच्या प्रत्येक प्रक्रियेत सर्व कर्मचारी संमिलित होतात.

(7) कमी नकार : TQM मुळे मालाला नकार मिळण्याचे प्रमाण कमी होते, कारण उत्पादनाच्या संपूर्ण दर्जाचा पाया ही एक शास्त्रीय पद्धती आहे.

4.1.4 संपूर्ण गुणवत्ता व्यवस्थापनाचे फायदे

समग्र गुणवत्ता व्यवस्थापनाचे काही फायदे पुढीलप्रमाणे सांगता येतील :

1. ग्राहकांना दिल्या जाणाऱ्या सेवेचे मूल्य उंचावल्यास समग्र गुणवत्ता व्यवस्थापनामुळे हातभार लागतो.
2. समग्र गुणवत्ता व्यवस्थापनामुळे व्यवसाय संघटनेतील सर्व मनुष्यबळ सहभागी करून घेतले जात असल्याने त्यांना अभिप्रेरित केले जाते शिवाय या मनुष्यबळाची कार्यनिष्ठा उंचावते.
3. सर्वांना प्रक्रिया आणि प्रक्रियेतून मिळायचे निकाल याबद्दलची निश्चित कल्पना समग्र गुणवत्ता व्यवस्थापनामुळे येऊ शकते.
4. समग्र गुणवत्ता व्यवस्थापनामुळे ग्राहक व व्यवसायसंस्था दोघांचाही आर्थिक फायदा होऊ शकतो.

4.2 उत्पादन आणि प्रक्रिया व्यवस्थापनातील उदयोन्मुख मुद्दे

4.2.1 मोबाइल फोनच्या सुलभ उपलब्धतेमुळे निर्माण झालेली आव्हाने/समस्या

1. ग्रंथसंग्रह/ग्रंथालये अफाट मोठी असतात यामुळे जास्त बॅन्डविड्थ व्यापली जाते.
2. कस्टम विजेट्स (Custom Widgets) आव्हान दिले जाते.
3. विविध सुसंवाद नमुने कीबोर्डवर अधिक लक्ष केंद्रित केले जात नाही.
4. स्पर्शक्षेत्र (आकार)
5. अनेक संयोग आणि फरकांमुळे चाचणी अधिक किचकट/गुंतागुंतीची असते.
6. आधाररेखा (बेसलाइन) निश्चित करावी लागते आणि ती पुरेशी आहे की नाही हे ठरवावी लागते.
7. ब्राऊझर, OS प्रकार, AT आणि AT च्या संयोगांचा वापर या बाबी विचारात घ्याव्या लागतात.
8. ॲन्ड्रॉइड (dPad) आणि विंडो फोन (8.1) / विंडो 8 कीबोर्डचे इंटरफेसची IOS मध्ये बांधणी केलेली असते.
9. मोबाइल वापरताना मोबाइलधारक आपले अस्तित्व विसरून जातात.
10. कीबोर्ड जरी सुलभ असला तरी स्पर्शामुळे त्वचेच्या समस्या निर्माण करतात.
11. प्रकट वाचनाअभावी खऱ्या अर्थाने वाचा नियंत्रण उपलब्ध होत नाही.
12. वापरकर्त्यांना कोड Apps साठी गरजा आणि मार्गदर्शनाचा अभाव जाणवतो.

13. वापरकर्त्यांना चाचण्या घेण्यासाठी प्रत्यक्ष उपकरणांची गरज असते कारण आभासी उपकरण इम्युलेटर (डिव्हाइस एनीव्हेअर इत्यादी) ब्ल्यु टूथ कीबोर्डला आधार देत नाहीत. ही महत्त्वाची समस्या जाणवते. .
14. IOS प्रचलित स्थानापासून सर्वांचे वाचन करते अथवा वरपासून टच ॲन्ड एक्सप्लोअर (पटल स्पर्श करा आणि शोधणे.) पेक्षा वेगळ्या प्रकारे वाचन करते.
15. अनेक वापरकर्त्यांना प्रवेशयोग्य / सुलभ संकेत गरजांविषयी माहिती नसते.
16. बहुविध नेटीव्ह ॲपसाठी एक संकेत (One Code) थर्ड पार्टी विकास साधन बऱ्याच वेळा आधारभूत OS साठी प्रवेशयोग्य/सुलभ पाठिंबा देत नाहीत.
17. कंपन्यांना असे वाटते की, WCAG 2.0 हे फक्त वेबसाठीच आहे आणि ते मोबाइल ॲपसाठी उपयोगाचे नाही.
18. विविध मार्गांचा/मंचांचा विकास आणि विविध मोबाइल वापराची वैशिष्ट्ये शोधूनच निश्चित करावी लागतात.
19. ब्राऊझरला पुढच्या टप्प्यांची अंमलबजावणी करण्याची इच्छा असेल आणि OS मधील ठरावीक फंक्शन काढून टाकले असेल तर वापरकर्त्याला काहीच करता येत नाही.
20. थर्ड पार्टी पुरवठादार असे सांगतो की, मोबाइलसाठी मानकेच नाहीत. म्हणूनच WCAG मोबाइल उपकरणाला लागूच पडत नाही. म्हणून हे करण्याची आवश्यकताच नाही.
21. दुर्बल गटाकडून मोबाइल ॲपसाठी चौकशीचा अभाव अशा तऱ्हेच्या बाजारातून केल्या जाणाऱ्या विचारणांच्या एक अभावामुळे त्यांची गरजच नाही असा विचार विक्रेते करतात.
22. ठरावीक लोकांना मोबाइल उपकरणे कशी वापरावयाची याबद्दलच्या माहितीचा अभाव असतो.
23. झूम केल्यामुळे सामान्यतः मजकूर अस्पष्ट दिसतो.

4.2.2 कार्यात्मक प्रक्रियांचे स्वयंचलनीकरण

विविध यंत्रसामग्रीची हाताळणी

(क) यांत्रिकीकरण : स्वयंचलनाचा प्रमुख आधार यांत्रिकीकरण आहे. एच.पी. फेअर चाईल्ड यांच्या मते मानवाच्या शक्तीद्वारे चालविल्या जाणाऱ्या यंत्राऐवजी अमानवी शक्तीच्या साहाय्याने पाणी, दगडी कोळसा, पेट्रोल, वीज) चालविल्या जाणाऱ्या यंत्राद्वारे उत्पादन प्रक्रिया कार्यान्वित केली जाते. अमानवी शक्तीद्वारे चालविल्या जाणाऱ्या यंत्रांना स्वयंचलित यंत्रे म्हणतात.

(i) माल तयार करणारी स्वयंचलित यंत्रे.

(ii) यंत्रांनी तयार केलेला माल एकत्र करून त्याची जोडणी करणारी स्वयंचलित यंत्रे.

(iii) या सर्व प्रकारच्या उत्पादित मालाला कारखान्यातून हलविणारी स्वयंचलित यंत्रे.

या तिन्ही प्रकारच्या यंत्रांचे एका केंद्रीय ठिकाणाहून नियंत्रण व संचालन केले जाते.

(ख) यंत्रे, यांत्रिक सामग्री आणि ती वापरण्याच्या पद्धती यात योग्य समन्वय साधने : स्वयंचलनाच्या यशासाठी याची आवश्यकता आहे की कोणत्याही कारखान्यातील यंत्रे, यंत्रसामग्री व त्या यंत्राचा वापर करण्याच्या पद्धती यात योग्य तो समन्वय साधण्याचा प्रयत्न कारखानदारांनी केला पाहिजे.

(ग) स्वयंचलित नियंत्रण व्यवस्था : या व्यवस्थेत सर्व प्रकारच्या उत्पादन प्रक्रिया स्वयंचलित दूर-नियंत्रकाद्वारे नियंत्रित केल्या जातात. त्यामुळे उत्पादन प्रक्रियेत आलेले अडथळे निवारण करण्यासाठी जी यंत्रणा असते तीदेखील स्वयंचलित असते. उत्पादन प्रक्रियेत अशी संवेदी व्यवस्था असते की कोणत्याही प्रकारची खराबी झाली तर लगेच या यंत्रणेद्वारे नोंद केली जाते व त्याचे नियंत्रणात्मक व्यवस्थेत परिवर्तन होते. ताबडतोब दुरुस्ती केली जाते. यंत्रातील दोष पूर्णपणे नष्ट झाल्याशिवाय यंत्रे चालूच होत नाहीत.

(घ) संगणक तंत्रज्ञान : स्वयंचलन प्रक्रियेत यंत्रावर नियंत्रण ठेवण्याच्या कामाशिवाय विविध कठीण सूचना देणे. माहिती व अभिलेखन यांचे संकलन करून संग्रह करणे, उत्पादन वितरण, किमती निर्धारण इत्यादी बाबी संगणकाच्या साहाय्याने सुलभ व जलद होतात.

(1) विद्युतशक्तीवर चालणारी क्रेन : लहान किंवा मर्यादित जागेत मालाची वाहतूक करण्यासाठी या क्रेन्सचा वापर केला जातो. विद्युतशक्तीमुळे या क्रेन्सच्या हालचाली जलद गतीने केल्या जातात.

आकृती क्र. 4.1

(2) विद्युतशक्तीवर गुंडाळा करणारी शक्ती : तार, वायर, यांसारख्या वस्तूंचा गुंडाळा करण्यासाठी त्यांचा 'रोल' तयार करण्यासाठी या साधनाचा वापर केला जातो.

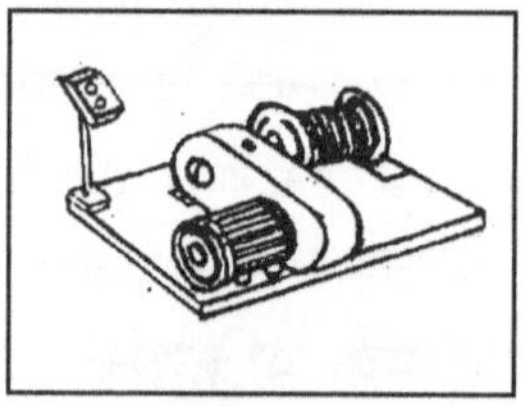

आकृती क्र. 4.2

(3) विद्युतशक्तीवर रुळावर चालणारी ढकलगाडी : या अगोदर आपण अभ्यासलेली मानवी शक्तीद्वारे ढकलली जाणारी रुळावरील गाडी विद्युतशक्तीद्वारा अधिक जलद गतीने हलविली जाते आणि माल क्षितिजसमांतर जलद गतीने हलविला जातो.

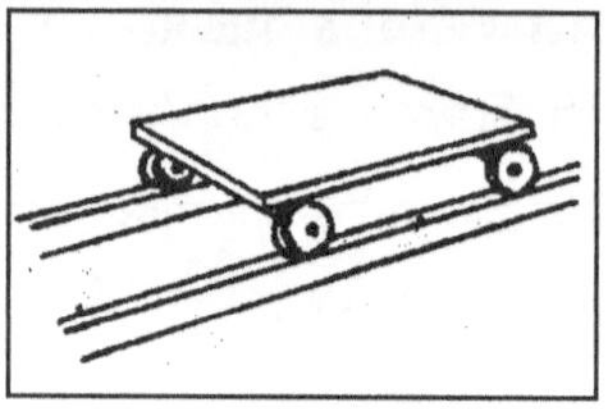

आकृती क्र. 4.3

(4) कमी उंचीवर मालाची उचल करणारा ट्रक (Low lift Pallet Truck) : विद्युत शक्तीद्वारा किंवा इंधनाद्वारा कमी उंचीवर वस्तू अगर मालाची उचल करण्यासाठी या यंत्राचा उपयोग केला जातो. या साधनांमुळे मानवी श्रमात बचत केली जाते.

आकृती क्र. 4.4

(5) फोर्क ट्रक : एका लहान आकाराच्या ट्रक्सच्या समोरच्या बाजूला दोन यांत्रिक पंजे असतात. त्या पंजांच्या साहाय्याने बऱ्याच उंचीवर असलेली एखादी जड वस्तूसुद्धा सहजतेने उचलून एका विभागातून दुसऱ्या विभागात नेता येते.

आकृती क्र. 4.5

4.2.3 कर्मचारी सबलीकरण

कर्मचारी सबलीकरण ही एक अशी प्रक्रिया आहे, जी कर्मचाऱ्यांना स्वतःचे निर्णय स्वतः घेण्याची परवानगी देते. तसेच ही प्रक्रिया संपूर्ण कंपनीवर परिणाम करणारे निर्णय घेण्यात कर्मचाऱ्यांना सहभागी करून घेते. या सबलीकरणाची चांगली बाजू म्हणजे कंपनीला अशा प्रकारचे कर्मचारी मिळतात जे कंपनीच्या यशात जिव्हाळ्याने/आपलेपणाने सहभागी झालेले असतात असे असले तरी कर्मचारी सबलीकरणाबरोबर अनेक आव्हाने जोडली गेलेली आहेत.

(1) कर्मचारी सबलीकरणाची आव्हाने : जरी श्रमशक्तीच्या सबलीकरणामुळे कर्मचाऱ्यांना स्वतः विचार करण्यास प्रोत्साहन दिले जात असले स्वयंनिर्णय घेणारे कर्मचारी आपापले वेगवेगळे संदेश देऊन गोंधळ निर्माण करू शकतात. एका कर्मचाऱ्यासाठी जी गोष्ट परिणामकारक ठरत असेल तरी दुसऱ्या कर्मचाऱ्याच्या बाबतीत तीच गोष्ट परिणामकारक ठरेलच असे नाही. अशा वेळी संपूर्ण कंपनीसाठी एक संलग्न संदेश निर्माण केल्या जाण्याऐवजी वैयक्तिक संदेशाचे अनेक तुकडे निर्माण केले जातात. ग्राहकसेवा क्षेत्रात अशी परिस्थिती अनेक आव्हाने निर्माण करू शकते. उदा., कंपनीचा एक प्रतिनिधी एखादी परिस्थिती त्याच्या सहकार्यापेक्षा वेगळ्या पद्धतीने हाताळू शकतो. अशा वेळी समान समस्या असणाऱ्या एकाच ग्राहकाला कंपनीकडून दोन वेगवेगळे सल्ले/उपाय मिळू शकतात. यामुळे कंपनी व ग्राहक यांच्यामध्ये असमाधान निर्माण होऊ शकते.

(2) अपुरे प्रशिक्षण : जेव्हा व्यवस्थापकांना त्यांच्या दैनंदिन निर्णय घेण्याच्या कार्यापासून कर्मचाऱ्यांच्या सबलीकरणासाठी वेगळा वेळ द्यावा लागतो तेव्हा त्यांना साहजिकच जास्त वेळ खर्च करावा लागतो. प्रत्येक कर्मचाऱ्याच्या कौशल्यात सुधार घडविण्यासाठी व्यवस्थापकांना त्यांना अधिक प्रमाणात प्रशिक्षण द्यावे लागते. यासाठी व्यवस्थापकांना वेगळा वेळ काढावा लागतो. कर्मचाऱ्यांना पुरेसे प्रशिक्षण न देता त्याचे सबलीकरण केले गेले तर विचित्र परिस्थिती निर्माण होते. अशा परिस्थितीत कर्मचारी कंपनीच्या धोरणानुसार काम न करता स्वतःच्या अंतर्ज्ञानावर/अंतःप्रेरणेवर काम करतात. परिणामतः ग्राहकांना अव्यवहार्य उपाय सुचविले जातात अथवा त्यांनी विचारलेल्या शंकेला अपूर्ण माहिती मिळून शंकेचे पूर्ण निरसन केले जात नाही.

(3) अनिच्छुक व्यवस्थापक : कर्मचारी व्यवस्थापन क्षेत्रातील तज्ज्ञ डॉ. रिक जॉन्सन यांनी 'Even Carmichael's Marketing Website' वर असे मत प्रदर्शित केले आहे की, काही क्षेत्रातील कर्मचारी सबलीकरणास कंपनीच्या व्यवस्थापकांकडूनच आव्हान दिले जाते. काही व्यवस्थापकांना असे वाटत असते की, कंपनीच्या कर्मचाऱ्यांमध्ये कर्मचारी सबलीकरण झालेल्या वातावरणात काम करावयाची क्षमताच नसते. अशा विचारसरणीचे कर्मचारी-व्यवस्थापक अशा प्रकारच्या प्रारूपातच काम करणे पसंत करतात. त्यांची ही प्रवृत्ती कर्मचारी सबलीकरण प्रारूप राबविण्यात अडथळे

निर्माण करते. अशा परिस्थितीत व्यवस्थापकाने त्याच्या हाताखालच्या कर्मचाऱ्यांबरोबर घनिष्ठ कार्यसंबंध ठेवून काम करण्यास सुरुवात केली आणि स्वतःमध्ये कर्मचाऱ्यांविषयी आत्मविश्वास निर्माण केला तर अशा कंपनीत कर्मचारी सबलीकरण प्रारूप मूळ धरू शकते.

(4) संस्थात्मक रचनेची मोडतोड : सबलीकरण झालेल्या कर्मचाऱ्यांमध्ये अधिक आत्मविश्वास निर्माण झालेला असतो. यामुळे त्यांच्यात आपण अधिक महत्त्वाचे अथवा निर्णायक निर्णय घेऊ शकतो असा विश्वास निर्माण होतो. अशा वेळी व्यवस्थापकाला सबलीकरणाबाबत सुस्पष्ट मार्गदर्शक तत्त्वे निर्माण करावी लागतात. असे केले नाही तर संस्थात्मक रचनेतील पदानुक्रमच मोडून पडण्याचा धोका निर्माण होण्याची शक्यता वाढते. असे झाले तर व्यवस्थापकांना त्याच्या कर्मचाऱ्यांवर नियंत्रण ठेवणे अवघड जाऊ लागते.

4.2.4 बाह्य स्रोत

बाह्य स्त्रोत (आऊट सोर्सिंग)

आऊट सोर्सिंग हा एका कंपनीने दुसऱ्या कंपनीबरोबर केलेला करार होय. या कराराद्वारे एक कंपनी दुसऱ्या कंपनीला भाडेतत्त्वावर काम करावयास देते. कंपनी जे काम (नियोजित अथवा सध्या करत असलेले) स्वतः करू शकते ते करण्याची जबाबदारी आऊटसोर्सिंगद्वारे दुसऱ्या कंपनीवर टाकली जाते. अशा वेळी, गरज पडल्यास एका कंपनीकडून दुसऱ्या कंपनीकडे कर्मचारी व साधनसामग्रीचेसुद्धा हस्तांतरण केले जाते.

आऊटसोर्सिंग ही संज्ञा इ. स. 1881 च्या सुमारास 'आऊट साइड रिसोर्सिंग' या वाक्प्रचारापासून बनलेली आहे. परंतु अर्थशास्त्रज्ञांच्या मतानुसार दुसऱ्या महायुद्धाच्या काळापासूनच या संकल्पनेचे अस्तित्व दिसून येऊ लागले होते. आऊटसोर्सिंगमध्ये बऱ्याच वेळा व्यावसायिक प्रक्रिया पार पाडण्यासाठी केलेल्या करारांचा समावेश केला जातो. या प्रक्रियांमध्ये पगारपत्रके तयार करणे, दावे लावणे, कार्यात्मक आणि महत्त्वाची कार्ये उदा., उत्पादन सुविधा व्यवस्थापन, कॉल सेंटर यांरसारख्या प्रक्रियांचा समावेश केला जातो.

आऊटसोर्सिंग ही एक अशी रीत/प्रघात आहे. ज्याद्वारे मर्यादित काळासाठी अल्पप्रमाणात सार्वजनिक सेवांचे नियंत्रण खासगी संस्थांकडे सुपूर्त केले जाते.

आऊटसोर्सिंगमध्ये देशांतर्गत आणि परकीय करारांचा समावेश केला जातो. काही वेळा यामध्ये ऑफ शोअरिंग (दूरच्या देशाकडे एखादे व्यावसायिक कार्य सुपूर्त करणे) अथवा निअर शोअरिंग (जवळच्या देशाकडे व्यावसायिक प्रक्रिया हस्तांतरित करणे) यांचासुद्धा समावेश केला जातो.

ऑफ शोअरिंग आणि आऊटसोर्सिंग हे परस्पर समावेशक नाहीत. यापैकी काही वेळा एकच अस्तित्वात असू शकते. ते एकमेकांत गुंतलेले असू शकतात. तसेच ते वैयक्तिक अथवा संयुक्त असू शकतात. ते अंशिक अथवा संपूर्ण विरुद्ध असू शकतात. यामध्ये रिशोअरिंग, इनशोअरिंग आणि इनसोर्सिंग यांसारख्या संज्ञा संकल्पनांचा समावेश असू शकतो.

4.2.5 घनकचरा व्यवस्थापन

घनकचरा प्रदूषण व्याख्या

- "ज्या गोष्टी वापरानंतर आणि निर्मिती प्रक्रियेनंतर निरुपयोगी त्याज्य म्हणून शिल्लक राहतात. शिवाय ज्यांचा कोणताही भावी लाभ मिळणार नसतो अशा सर्व घनपदार्थांना 'केरकचरा/घनकचरा' असे म्हणतात."

घनकचऱ्याच्या निर्मितीची कारणे

(1) उच्च राहणीमान : घनकचरानिर्मिती हा बहुतांश मानवी हव्यास आणि चंगळवादाचा परिपाक आहे. द्वितीय व तृतीय क्षेत्राच्या वाढीबरोबर येणारी आर्थिक समृद्धी, स्थैर्य, उच्च राहणीमानास कारणीभूत ठरते. परंतु उच्च राहणीमान म्हणजे अधिकाधिक खरेदी, वस्तुसंचय, 'वापरा, फेकून द्या व दर वेळी नवनवीन वापरा' अशा विचारांचा पगडा यामुळे घनकचरानिर्मिती अव्याहतपणे वाढत आहे. म्हणूनच घनकचरा समस्या कृत्रिम स्वरूपाचीच जास्त प्रकारे आहे.

(2) वाढती लोकसंख्या : 'लोकसंख्या विस्फोट' हे अनेक समस्यांचे मूळ कारण आहे. तसेच ते घनकचरानिर्मितीचेही कारण आहे. उच्च जन्मदर आणि मृत्युदरात घट, परिणाम स्वरूपाचे फलित म्हणजे लोकसंख्यावाढ होय. या वाढत्या लोकसंख्येला गरजेच्या जीवनावश्यक वस्तूंची निर्मिती, तेवढ्याच प्रमाणात निर्माण होणारा घनकचरा ही अशीच वाढत जाणारी मालिका उग्र समस्या बनते.

(3) नागरिकीकरण : लोकसंख्यावाढ, रोजगार, नागरी आकर्षण, वाहतूक-संदेशवहनाच्या सोई इत्यादींमुळे मोठमोठी नगरे उदयास आली. ही नगरे अनियंत्रित, अनियोजित, अस्ताव्यस्त पसरतात आणि घनकचरानिर्मिती व साठवणुकीची केंद्रे बनतात. नागरी वस्त्यांनी व्यापलेले क्षेत्र अनुत्पादक (Unproductive) असल्याने वाढत्या विस्ताराबरोबर सोई-सुविधा वाढत नाहीत. सांडपाणी, मैला, केरकचरा, कारखान्यातील टाकाऊ पदार्थ निष्काळजीपणे फेकून देणे हा नागरिकीकरणाचा स्थायिभाव झालेला आहे.

(4) औद्योगिकीकरण : वाढत्या औद्योगिकीकरणामुळे होणारे नागरिकीकरण तसेच नगरांच्या वाढीबरोबर होणारे उद्योगांचे केंद्रीकरण, उच्च राहणीमानातून उत्पादनांची वाढती मागणी आणि घनकचऱ्यांची निर्मिती हे एक दुष्टचक्र आहे. मागणी तसा पुरवठा हा उद्योगाचा नियम आहे. त्यामुळे लोकसंख्यावाढीबरोबर विविध वस्तूंच्या उत्पादन प्रक्रियेतही वाढ होत जाणार हे साहजिकच आहे म्हणून औद्योगिकीकरण हे घनकचरानिर्मितीचे मुख्य कारण आहे.

(5) तांत्रिक प्रगती/तंत्रज्ञान : मानवी संस्कृतीच्या विकासाबरोबरच घनकचऱ्याच्या स्वरूपातही बदल झालेला दिसतो. तांत्रिक प्रगतीबरोबर अनेक वैविध्यपूर्ण अजैविक घटकांची निर्मिती वाढली. विविध उपकरणे, यंत्रे, रेडिओ, दूरचित्रवाणी संच, संगणक, कॅसेट्स, सी.डी., पंखे, शीतपेटी, वातानुकूलित यंत्रे, प्लॅस्टिकचे प्रकार अशी कितीतरी मोठी यादी तयार करता येईल. या वस्तू स्वस्त आकर्षक आहेत. पण या प्रचंड अविघटनकारी घनकचऱ्याचे हे एक कारण आहे.

घनकचऱ्याचे परिणाम

1. मलेरिया, डेंग्यू, प्लेग व विषबाधा यांसारखे भयंकर रोग उद्भवतात
2. श्वसनाचे, घशाचे, फुप्फुसाचे रोग, दमा व क्षय इत्यादी रोगांना निमंत्रण मिळते.
3. बऱ्याचदा प्रचंड खर्चीक सांडपाणी/निःसारण योजना निकामी होतात.
4. प्रचंड पावसामुळे घनकचरा विशेषतः प्लॅस्टिक पिशव्या वाहत जाऊन गटारी, सांडपाणी पाईप तुंबून पूरग्रस्त स्थिती निर्माण होते.
5. घातक पदार्थ, कुजणारी घटक द्रव्ये जमिनीत झिरपून भूमिगत जल प्रदूषित होते.
6. विषारी वायू, हायड्रोकार्बन्स, कार्बन मोनॉक्साइड, सल्फर डायऑक्साइड, धूरनिर्मिती होते.
7. दवाखान्यातील विशिष्ट प्रकारचा घातक स्वरूपाचा कचरा त्याच्या संपर्कातील लोकांवर विशेषतः रुग्णांवर अनावस्था प्रसंग गुदरतो.
8. मृदेची प्रत खालावते, उत्पादन क्षमता नष्ट होते.

घनकचऱ्याच्या नियंत्रणाचे उपाय

1. 'अनावश्यक खरेदी म्हणजे साधनसंपत्तीचा गैरवापर' हे सूत्र लक्षात ठेवणे.
2. झाडाच्या बुंध्यापाशी पाचळण (Mulching) करण्याने उत्कृष्ट खतनिर्मिती होते.
3. वारंवार लागणाऱ्या जीवनावश्यक वस्तू पुनर्वापरक्षम बनविणे.
4. बांबूच्या वस्तू, मातीच्या वस्तू इत्यादींसारख्या विघटनकारी वस्तूंना प्राधान्य द्यावे.
5. फळे, फळांच्या साली, बिया, चोथा व पेंड यांचा जनावरांचा चारा म्हणून उपयोग होतो.
6. अल्कोहोलनिर्मितीसाठी फळप्रक्रिया, साखर कारखाने, गुऱ्हाळे येथील त्याज्य पदार्थ उपयोगी ठरतात.

स्वाध्याय

खालील प्रश्नांची सविस्तर उत्तरे लिहा.

1. 'संपूर्ण गुणवत्ता व्यवस्थापन' विवेचन करा.
2. उत्पादन आणि प्रक्रिया व्यवस्थापनातील उदयोन्मुख मुद्दे स्पष्ट करा.

खालील प्रश्नांची थोडक्यात उत्तरे लिहा.

1. मोबाईल फोनच्या सुलभ उपलब्धतेमुळे निर्माण झालेली आव्हाने स्पष्ट करा.
2. कर्मचारी सबलीकरणबाबत माहिती लिहा.

टीपा लिहा.

1. आऊटसोर्सिंग (बाह्यस्रोत)
2. घनकचरा व्यवस्थापन.